பா. வெங்கடேசன் கவிதைகள்
(1988-2018)

பா. வெங்கடேசன் கவிதைகள்

(1988–2018)

பா. வெங்கடேசன்

எண்பதுகளின் பிற்பகுதி தொடங்கித் தமிழ் இலக்கியச் சூழலில் செயல்பட்டுவரும் பா. வெங்கடேசன், மதுரையில் பிறந்து கல்லூரிக் காலம் வரையில் அங்கேயே வளர்ந்தவர். தொண்ணூறுகளின் மத்தியில் பணி நிமித்தமாக ஓசூருக்குக் குடிபெயர்ந்து பிறகு அங்கே தங்கிவிட்டிருக்கிறார். புதினங்கள், சிறுகதைகள், குறும்புதினங்கள், கவிதைகள், கட்டுரைகள், மொழிபெயர்ப்புகள் என்று இலக்கியத்தின் சாத்தியப்பட்ட தளங்களில் தன் பங்களிப்பைச் செய்துவருகிறார். புனைவிலக்கியத்தில் இவருடைய சீரிய பங்களிப்பிற்காக ‘ஸ்பாரோ’, ‘தமிழ்திரு’, ‘விளக்கு’ ஆகிய விருதுகள் வழங்கப்பட்டிருக்கின்றன.

ஆசிரியரின் பிற படைப்புகள்

இன்னும் சில வீடுகள் (கவிதைகள், 1992)
ஒரிஜினல் நியூஸ் ரீல் சிறுகதைகள் (சிறுகதைகள், 1996)
எட்டிப் பார்க்கும் கடவுள் (கவிதைகள், 2000)
ராஜன் மகள் (சிறு புதினங்கள், 2002)
தாண்டவராயன் கதை (புதினம், 2008)
நீளா (கவிதைகள், 2014)
பாகீரதியின் மதியம் (புதினம், 2016)
உயிர்கள் நிலங்கள் பிரதிகள் மற்றும் பெண்கள் (கட்டுரைகள், 2017)
வாராணசி (புதினம், 2018)
கதையும் புனைவும் (உரையாடல் 2021)
முறிந்த ஏப்ரல் (மொழிபெயர்ப்புப் புதினம், 2023)

பா. வெங்கடேசன் கவிதைகள்

(1988–2018)

காலச்சுவடு பதிப்பகம்

● அன்பார்ந்த வாசகருக்கு,

வணக்கம்.

காலச்சுவடு நூலை வாங்கியமைக்கு நன்றி.

நூலின் உள்ளடக்கம், உருவாக்கம், அட்டைப்படம் இன்ன பிற அம்சங்கள் பற்றிய உங்கள் கருத்துகளையும் ஆலோசனைகளையும் காலச்சுவடு வரவேற்கிறது. தகவல், எழுத்து, வாக்கியப் பிழைகள் தென்பட்டால் கட்டாயம் தெரிவித்து உதவுங்கள். நூல் தயாரிப்பில் கடும் குறைபாடு இருப்பின் மாற்றுப் பிரதி உங்களுக்குக் கிடைக்கக் காலச்சுவடு ஏற்பாடு செய்யும்.

மின்னஞ்சல்: **publisher@kalachuvadu.com**

காலச்சுவடு நாகர்கோவில் அலுவலகத்துக்குக் கடிதம் அனுப்பலாம்.

தங்கள்
எஸ்.ஆர். சுந்தரம் (கண்ணன்)
பதிப்பாளர் — நிர்வாக இயக்குநர்

பா. வெங்கடேசன் கவிதைகள் (1988–2018) ◆ கவிதைகள் ◆ ஆசிரியர்: பா. வெங்கடேசன் ◆ © பா. வெங்கடேசன் ◆ முதல் பதிப்பு: ஜூலை 2023 ◆ வெளியீடு: காலச்சுவடு பப்ளிகேஷன்ஸ் (பி) லிட்., 669, கே.பி. சாலை, நாகர்கோவில் 629001

காலச்சுவடு பதிப்பக வெளியீடு: 1188

paa. venkaTeecan kavitaikaL (1988-2018) ◆ Poems ◆ Author: Ba. Venkatesan ◆ © Ba. Venkatesan ◆ Language: Tamil ◆ First Edition: July 2023 ◆ Size: Demy 1x8 ◆ Paper: 18.6 kg maplitho ◆ Pages: 224

Published by Kalachuvadu Publications Pvt. Ltd., 669, K.P. Road, Nagercoil 629001, India ◆ Phone: 91-4652-278525 ◆ e-mail: publications@kalachuvadu.com ◆ Printed at Clicto Print, Jaleel Towers, 42 KB Dasan Road, Teynampet Chennai 600018

ISBN: 978-81-19034-14-7

07/2023/S.No. 1188, kcp 4433, 18.6 (1) rss

கார்த்திகாவுக்கு

நன்றி

நித்யா (யாதுமாகி நின்றவள்)
பெருந்தேவி (கவிதைகள் குறித்த உரையாடல்)
ஸ்ரீநேசன் (கவிதைகள் குறித்த உரையாடல்)
பெருமாள் (நூல் வடிவமைப்பு)
மணிவண்ணன் (அட்டை வடிவமைப்பு)
களந்தை பீர்முகம்மது (மெய்ப்புத் திருத்தம்)
அரவிந்தன் (ஒருங்கிணைப்பு)
காலச்சுவடு பதிப்பகம் (நூல் வெளியீடு)

மற்றும்

இக்கவிதைகளை வெளியிட்ட
அனைத்துச் சிறுபத்திரிகைகள்

அன்புக்குரிய பா. வெங்கடேசன் அவர்களுக்கு,

தங்களுடைய கவிதைகளை இனங்காணத் தொடங்கியபோதிலிருந்து எழுத வேண்டும் எழுத வேண்டும் என்றிருந்த துறுதுறுப்பு இன்று இங்கே பகிரப்படுகின்றது. ஆயினும் அந்த எண்ணங்கள் யாவற்றையும் இங்கே குறிப்பிட்டுவிட முடியுமென நான் நினைக்கவில்லை. எழுதக்கூடிய அளவில், இந்த அவசரத்தில், வாழ்வின் தீவிர நெருக்கடியிலும் எழுதிவிட முனைகிறேன்.

இனி,

'இன்னும் சில வீடுகள்' கவிதை நூல் எனக்கு நிரம்பவும் மனநிறைவைத் தந்த ஒரு படைப்பு. பசுவய்யாவின் கவிதைகளுக்குப்பின் – குறிப்பாக 'யாரோ ஒருவனுக்காக' – 'இன்னும் சில வீடுகள்' மனதில் வளர்கிறது. மிக நுண்ணிய விஷயங்களிலும் உங்கள் மனம், அவதானிப்பு, கரிசனையில் எல்லாம் ஈடுபடுவதை வியக்கிறேன்; இவையெல்லாம் கவிதானுபவமாக நம் மனமடிக்குக் கிடைக்கும்போது ஆச்சரியப்படுகிறேன். மனம் பரவசமடைகின்றது. மிக வலிந்து புனையப்படும் பெரும்பாலான கவிஞர்களின் புனைவுலகில் நீங்கள் விலகி, அனுபவச் செழுமையுடன் உண்மையை உண்மையின் உண்மையாக, மிக நெகிழ்ச்சிக்குரியதாக கவிதையாகத் தந்து விடும்போது நன்றி மனதில் பெருக்கெடுக்கின்றது.

உங்கள் கவிதைகள் ஒரு பொதுத் தன்மையைக் கொண்டு இயங்குகின்றன. (கவிதை உயிர்ப்புள்ளதாக இருக்கும்பொழுது அது சதா இயங்கிக்கொண்டே இருக்கின்றது. உயிர்ப்பிழந்துபோகும்போது அது சடமாக, சவமாக ஆகிவிடுகின்றது.) அந்தப் பொதுத்தன்மை ஒரு சராசரி இன்றைய இந்தியப்

பொதுமகனின் வாழ்வைப் பிரதிபலிக்கின்றது. இது எல்லாக் கவிதைகளிலும் தெரிந்தும் தெரியாமலும் நீளத்துக்கு இழைகிறது.

1. நீங்கள் எதிர்கொள்ளும் நாளார்ந்த வாழ்வு எழுப்பும் குரல்

2. அந்த வாழ்வின் முரண்கள், சிக்கல்கள், வெற்றிகள் . . .

3. தங்கள் மரபு (நாடு + இனம் + மொழி + சூழல் + காலம் + அனுபவம் இன்னபிறவும்) சார்ந்த சிந்தனைகளும், அனுபவங்களும் வெளிப்படும் விதம்

4. வெளிப்படுத்தும் நுட்பம் (கவிதைத் தனித்துவம்)

இவை யாவும் ஒரு பொதுத் தன்மையையும் வெங்கடேசனின் தனித்துவத்தையும் நமக்கு உணர்த்துகின்றன. மிகமிக இலகுவான, ஆனால் ஆழமான கவிதைகளாக இவை நின்றொளிர்கின்றன.

'இன்னும் சில வீடுகள்' கிடைத்தபோது அன்றிரவே படித்திருந்தேன். பின் திரும்பத் திரும்பப் படிக்கும்படி மனம் வேண்டுகிறது. திரும்பத் திரும்ப அக்கவிதைகளின் பரிமாணங்களில் ஊடாடும்போதெல்லாம் மனம் நெகிழ்கிறது. கவிதையின் பிரதான பண்பு மனநெகிழ்ச்சி என நான் நினைக்கிறேன்; அது நிரம்பவும் இங்கு கூடியிருக்கின்றது. இந்தத் தொகுப்பின் பல கவிதைகள் என் அனுபவம் சார்ந்தவை; எனக்கு உடன்பாடுள்ளவை. என்னுடைய அழகியல் கலைத்துவப் பார்வையில் நிரம்பியவை. இவைதான் என்னைத் தங்களுடைய கவிதைகளுடன் நெருக்கமாக்கியுள்ளனவோ என நினைக்கிறேன். ஒரு பிரியமான நண்பனுடன் பிடித்தமான விடயத்தை மனம் ஆறக் கதைப்பதுபோல (நேர கால அளவின்றி) இவை என்னுள் ஜீவிக்கின்றன; மகிழ்வைத் தருகின்றன; பரவசத்தையும் ஆசுவாசத்தையும் ஏற்படுத்துகின்றன. திரும்பத் திரும்பப் படிக்கத் தூண்டும் தீவிர ஈர்ப்புமிக்கக் கவிதைகள் என்பதில் உங்களுக்கு நன்றி சொல்கிறேன்.

இந்தியா டுடே இலக்கிய மலரில் வந்த கவிதையும் *காலக்ரமம்* 9வது இதழில் வந்த 'உயிர்' கவிதையும் இன்னும் நின்றதிர்கின்றன.

குறி, வெற்றி, அபூர்வமாய் உன் கவனம், வேறு, மஞ்சள், கவனம், சுழல், சாவைப் பற்றிச் சொல்லும் ஒரு கவிதை, உள்முகம், பாடு எனக்குப் பிடித்த, அதிகம் ஈர்ப்புள்ள கவிதைகள்.

சுருக்கமாகத் திரும்பக் கூறுவதெனில், இன்றைய நவீன தமிழ்க் கவிதையின் பிடித்தமான அம்சத்துக்கு உங்கள் கவிதைகளின் இலகு தன்மையும் அழகியல் வெளிப்பாடும் அனுபவக் கவனிப்பும் முன்னுதாரணங்கள். வாழ்த்துக்கள். புதிதாக எழுதிய கவிதைகளைப் படிக்க ஆசை.

இனி,

இங்கே யாழ்ப்பாணத்தில் *முன்றில், நவீன விருட்சம், புதிய நம்பிக்கை, நவீன கவிதை, காலக்ரமம், உன்னதம், ஊடகம், திணை, வெளி, சலனம், கனவு, கேப்பியார், சுபமங்களா* எனச் சஞ்சிகைகள் கிடைக்கின்றன. *நிறப்பிரிகை* சில கிடைக்கவில்லை. *கணையாழி* ஒழுங்காக வரும். ஆனால் எல்லாம் தாமதித்தே. காரணம், தடை.

நான் இடம் பெயர்ந்து (ஒரு மதிய வெயிலின்போது ஊரைவிட்டு ஓடிவந்து) அயல் கிராமமொன்றில் இரவல் வீட்டில் உயிரை மட்டும் பாதுகாப்பதாக எண்ணிக்கொண்டு வாழும் பெரும்கூட்டத்தில் ஒருவன். வயது 31. சில கவிதைகள் எழுதியதுண்டு. மாதம் 3000/- வரும்படி கிடைக்கும் பத்திரிகை நிறுவனமொன்றில் பணி. பெரிதாக வேலை, வரும்படி என்று இல்லை. மனைவி ஆசிரியை, குழந்தை ஒன்று உண்டு, இவ்வளவுதான்.

ஊர்விட்டு வந்த துயரமும், அலைகின்ற நம் வாழ்வும், உயிர் தின்னும் அன்னிய இராணுவத்தின் அச்சுறுத்தலும்தான் எம்மை வதைக்கின்றன. சாவைப் பற்றிய பீதியும் பேச்சுமே எங்கும் விரவிக் கிடக்கின்றன. நாம் என்ன தவறு செய்தோம்? எதனால் இக்கொடுமை நிகழ்கின்றது? பாரமாகக் கனக்கும் மனதை எங்கு இறக்கி வைக்க முடியும்? யாரிடம் ஆசுவாசம் கொள்வது? எங்கும் எமது குரல் கேட்காத மாயம் என்ன? அழுது அழுது தொண்டை வெடித்துவிட்டது. மனம் இறுகி இறுகி வன்மம் பெருகுமோ என்ற பயம் அதிகரிக்கின்றது.

அன்பு நிறைந்த வெங்கடேசன்,

அதிகமாக என் மனக்குமுறல் வருகின்றதென உணர்கிறேன்; ஆனால் முடியவில்லை. இப்படி இரண்டு கடிதங்கள் எழுதி எழுதி அனுப்பாமல் விட்டதுண்டு - தங்களுக்கென எழுதியவை.

என்ன செய்ய?

இந்த நிலைமைக்குள்ளும் நம்பிக்கை கொண்டு கம்பீர்யமாகத் திரியும் இளையோரும் மக்களும் அதிசயம் தரக்கூடிய மஹாபுருஷர்களாகவே தெரிகிறார்கள். இந்தத்

தன்மை இல்லையென்றால் கிராமம் கிராமமாக இராணுவம் நிறைந்திருக்க, 'எங்கள் ஊர் வெறும் கனவே' என்றபடிக்குத் துன்புறும் வேளையில் உங்களுடைய கவிதைகளைத் திரும்பத் திரும்ப ஆவலுடனும் திருப்தியுடனும் படிக்க முடியுமா? புதிய புதிய விவாதிப்புகளை நம்மால் நிகழ்த்த முடியுமா?

எந்தக் கணத்திலும் துப்பாக்கிகள் முழங்கும். எவருடைய உயிரும் பறிபோகும். எக்கணத்திலும் இருப்பிடம்விட்டு ஓடவேண்டியேற்படும். உயிர்... இதைப்பற்றி யோசித்துக்கொண்டிருந்து பிரயோசனமில்லையென்கிற நிலை. இப்படியிருந்தும் இலக்கியம், கலை (ஓவியம், சினிமா, புகைப்படம், சிற்பம்) என இன்னும் இன்னும் எப்படி எப்படி உயிர்க்கின்றோம். நண்பரே, நமக்கும் ஆச்சரியம்தான்.

தடை! தடை!! எல்லாவற்றுக்கும் தடை. எனினும் எல்லாம் நிகழ்கின்றன. பிரச்சினைதான், பயம்தான், நிச்சயமின்மைதான், இன்னும் இன்னும் அழிவு, சாவு, அலைவு, பிரிவு எல்லாம்தான். ஆனாலும் ஏதோ ஒரு முனைப்பு, ஏதோ ஒரு உந்தல். அது அடிமனதின் வேர்களில் படர்கிறதைப்போல...

இங்கே கவிதை என்றொரு இதழ் வெளிவருகின்றது. ஆசிரியர்: யேசுராசா (தொடர்புகள்: அ. யேசுராசா, இல: 1, ஓடக்கரை வீதி, யாழ்ப்பாணம், இலங்கை). யேசுராசா தமிழகத்தில் நன்கு அறிமுகமானவர். முன்னர் *அலை* என்ற மிக முக்கியமான சஞ்சிகையையும், பின்னர் *திசை* வாரப் பத்திரிகையையும் நடத்தியவர். 'கவிதை' ஒரு நல்ல முயற்சியின் வெளிப்பாடு. நீங்களும் அதில் கவிதை எழுத வேண்டுமென்பது என் விருப்பம்; முடிந்தால், விரும்பினால் அனுப்புங்கள்.

சரி அன்பரே, தாறுமாறாக எழுதிவிட்டோமோ என்றொரு எண்ணமும் இனி வரும். தங்களுடைய பதில் கண்டு விரிவான, நேர்த்தியான விவாதங்களுடன் கூடிய கடிதங்களைப் பரிமாறிக்கொள்வோம். வாழ்த்துக்களும் நன்றியும், நிறைந்த எதிர்பார்ப்புகளும்.

கண்டி சாலை
இயக்கச்சி, இலங்கை
20.08.1994

நன்றியுடன்
சி. கருணாகரன்

பேறு

சமீபத்தில்
காதல் சுருக்கிட்ட கயிற்றில்
தொங்கினாளாம் ஒரு பெண்
தெற்குப் பொட்டலின்
மூலைப் பழ மரத்தில்
மனுஷ்யத் தடங்கள்
மறைந்தபின் மெதுவாக
யாரோ அடித்த ஆணியில்
யாரோ
மாலையும் கொஞ்சம்
மயிரும் சுற்றி வைக்க
காதல் தோல்வி கண்டவள்
கன்னித் தெய்வமானாள்
பழம் பறித்தால் பல்லிடுக்கில்
ரத்தம் வருமென்று
யாரும்
கிட்டே வரவில்லை
கன்னிப் பேய்க்கு
அணிலும் கிளியும்
நட்பாச்சு

21.02.88
கணையாழி

மனிதம்

நேற்றிரவு இறந்துபோன
உறவினருக்காக அழுதுகொண்டிருக்கிறேன்
அத்தனை பரிச்சயமில்லை இருவருக்கும்
அதிகம் போனால்
ஓரிரு முறை
பார்த்திருக்கலாம் பரஸ்பரம்
அவரோடு என் பால்யப் பருவங்கள்
ஏதும் நிகழவில்லை
எனக்காக அவர் ஒருபோதும்
இலக்கியம் படித்ததில்லை
ஒருவேளை
நிகழ்வுகளின்போது மட்டும் எதிர்கொள்ளும்
கண்ணாடிப் பிம்பமாகக்கூட
இருந்திருக்கக்கூடும்
எங்கள் உறவு
ஆயினும் ஒரு சமயம்
வாய்ப்பின் அலட்சியத்தில் நான்
திடுக்கிட்டுப் போயிருந்தபோது
பூங்கா மூலையின் மௌனத்தில்
அவர் எனக்காக
ஓரிரு வார்த்தைகள்
ஆதரவாய் உதிர்த்த
ஞாபகம் இருக்கிறது
அதற்காக இத்தனை சோகம் தேவையில்லையோ
இருக்கலாம் ஆனால்
அன்னாரின் இழப்பு
அவர் இருந்த கணங்களின் வெம்மையைக்
காட்டத்தான் செய்கிறது
நின்றபின் இருந்ததை உணர்த்தும்
சுவர்க்கோழியின் சத்தம்போல.

13.04.88
கணையாழி

தொலைவு

புழுதியை
அடையாளம் வைத்துப்
புறப்பட்டாயிற்று
புழுதியின் காரணம்
தெரியாமலேயே.

19.06.88

முன்றில்

பழைய வேட்டி

நேற்று என் அறையின்
மூலையில் என் பழைய
வேட்டியைப் பார்த்தேன்
பழுப்பாய் எங்கோ
தொலைவில் படும் வெளிச்சத்தின்
மங்கலான பிரதிபலிப்புப்
போலத் தரையில்
கசங்கி
என் பழைய நண்பன் மாதிரி
அப்போது அது எனக்குக்
கிடைத்ததுபற்றி நான்
நிறைய
கர்வத்துடன் இருந்தேன்
அப்பாவின் சுட்டுவிரல்போலக்
கூட்டங்களினூடே பயமின்றிப்
பத்திரமாய் என்னைக் கூட்டிப்
போனது அது
ஒரு காலத்தில் எனக்கு மிக
வேண்டிய உறவாய் இருந்த என்
பழைய வேட்டியை
இப்போது என் சின்னத் தம்பி மை
துடைக்க வைத்திருக்கிறான்
பின் எப்பவாவது அது
அப்பாவின்
சனிக்கிழமை எண்ணெய்க் குளியலுக்குக்
கோவணமாகலாம்
மீதத்தை அம்மா சுருட்டிச்
சுருணையாக்கித் தரை
துடைத்து வைப்பாள்
அதில் நான் உட்கார்ந்து
கொள்ள என்
புது வேட்டி
அழுக்காகாமல்.

18.07.88
முன்றில்

அம்மாவின் கவிதைகள்

புத்தகம் கேட்க வந்த பக்கத்து
வீட்டுக்காரரிடம் அம்மா நல்ல
சில புத்தகங்கள் இப்போதெல்லாம்
கிடைப்பதில்லை என்று
அலுத்துக்கொண்டாள் இந்த மாதிரி
கவிதைகளெல்லாம் பாமர ஜனங்களுக்குப்
புரியாதென்றும் சொல்லிவைத்தாள் படங்கள் கூட
நேற்றை மாதிரி அழகாய்
இல்லையென்றாள் மூலையில் விலகி நான்
படித்துக்கொண்டிருக்கும் கவிதையைக்
காட்டிலும் அம்மாவின் பொய்களும்
பாவனையும் அழகாய் இருக்கின்றனதான்
அவற்றுக்குக்
கவிதைகளாகவேண்டிய கவலையேதும்
இல்லாதிருந்த காரணத்தால்.

01.09.88
கனவு

உறவு

என்னைத் தொட முடியாதபடி
முழுவதுமாய்க் கதவை மழைக்குச் சாத்தி
வைத்துத்தான் படுத்தேன்
பாதி இரவு விழிப்பில் வெளியே
இல்லாதிருந்ததுபோல
இடுக்கில் வழிந்து தரையிலோர்
பிசாசைப்போலப் பரவிப் படுத்
திருந்தது மழை.

05.09.88
முன்றில்

நிலை

அலுவலகம் போகும் வழியில் என்னைத்
தினமும் விடாமல் துரத்தி வரு
மொரு சக நாயைத் தொலைத்த தனிநாய்
தூர என் தலையைக் கண்டதும் எங்கிருந்தோ
ஓடி வந்து என் கால்களிடையே உரசி
வேகமாய் முன்னும் பின்னும் ஓடிக் காட்டும்
என் அங்கீகாரம் இருந்தால் ஒருவேளை
என்னுடன் புரண்டு விளையாட விரும்பலாம் அந்த
நாய் ஆயினும் நாயின் குணம்
நம்புவதற்கில்லையென்பதுதான் என் பயம்
குரைக்காத நாய் கடிக்கலாம் இதுவரை
அம்மாதிரி அசம்பாவிதம் நடக்கவில்லைதான்
வேறு நாய் இல்லாததால் என்னைக் கடிக்காமல்
தினமும் மறுநாளைக்காக அனுப்பி
வைக்கிறது நாய் வேறு பாதை இல்லாததால்
நானும் அந்தப் பாதை வழியே வந்து
போக வேண்டியிருக்கிறது தினமும்.

17.09.88
காலக்ரமம்

இன்னும் சில வீடுகள்

புதிய பிரதி போட்ட பழைய படம்போல
சில நாட்களுக்குமுன் புதுப்பிக்கப்பட்டன
ஊரில் சில வீடுகள் அதற்குச்
சற்று முன்தான் அக்ரஹாரத்து
வீடுகளுக்கு மின்சாரம் வந்தது
சாலைகளில் தார் போட்டதெல்லாம் எனக்குத்
தெரிந்து நடந்தது ரொம்ப முன்னால்
வெள்ளைக்காரன் ரயில் விட்டதும் புதிது
புதிதாய் வியாதி வந்ததும் இன்னும் பழைய கதை
ஊரின் முகம் மாறிவிட்டதாய் இரவுகளில்
கால் நீட்டி எங்கள் பாட்டிகளால் தெரிந்தவரை
நினைவுகூரப் படுகின்றன அந்த நாட்கள்
நடுநடுவே
அதற்கும் முந்தின நாட்களை முணுமுணுத்தபடி
ரொம்பக் காலமாய் இருக்கின்றன
எங்கள் கிராமத்தில் இன்னும் சில
பூட்டின வீடுகள்.

30.10.88
விருட்சம்

பிழைப்பு

நடையின் வசீகரம் பற்றின
விசாரம் எனக்கு
தலையின் சுமை பற்றின
கவலை அவளுக்கு
பாதை போகும்
இருவருக்கும் பொதுவாய்.

31.10.88
காலச்சுவடு

நியதி

ஒவ்வொரு மரமும் தாங்குவதற்கு
கொஞ்சம் கொஞ்சம் வானம்.

31.10.88
காலச்சுவடு

பயன்

காட்டின் மௌனம்
கலைக்கப்படவில்லை மரங்களிடையே
கூவாத போதும்
குயில் இருந்தது.

05.11.88
முன்றில்

ஞானம்

வெளிச்சம் பேதப்படும்
இருள் கருப்பு
எப்போதும்.

05.11.88
காலச்சுவடு

நிகழ்

கண் சுருக்கி உற்றுப் பார்த்து
எதிர்ப்பக்கம் கடந்துவந்து என்னைத்
தெரிகிறதா என்றான் தன்னைத் தெரியாமல்
மறந்துபோனதற்காய்க்
கோபித்துக் குற்றம் சொன்னான் அப்போதெல்லாம்
அவனென்றால் உயிர் எனக்கென்றான்
இரவில்
கூடும்முன் தவறாது மனைவியிடம் சொல்லவென்று
எங்கள்
வகுப்பறைகளையெல்லாம் நினைவுவைத்திருப்பதாகப்
பெருமைப்பட்டான் இன்னும்
பிடிபடவில்லையா நினைவு எனக் கேட்டுக்
கவலையுடன் பிரிந்துபோனான்
இந்தக் கணம் இனி ஒருபோதும்
மறவாதிருக்கச் செய்து.

23.01.89
கணையாழி

கடவுளைப்போல் இல்லாமல்

கடவுளைப்பற்றி ஒரு முடிவிற்கு வர இன்னும்
ஆயிரம் ஆண்டுகள் ஆகலாம்
கடவுள் இருந்திருக்கலாம் என்று ஒரு சந்தேகம்
என்னுள் எப்போதும் உண்டு எனக்கு என்
தாத்தாவைப்போல என் தாத்தாவுக்கு
அவர் தாத்தாவைப்போலக் கடவுள்
என் ஆதித் தாத்தா யாருடனாவது
மாரடித்துக்கொண்டிருந்திருக்கலாம் ஆரம்பத்தில்
கடவுளை அவர் பிரபலத்தினால்தான்
இல்லையென்று கூறிக்கொண்டிருக்கிறார்கள் என்றும்
நினைக்க இடமுண்டு இவர்களின் சண்டையெல்லாம்
கடவுள் என்பவர்
யாருடைய ஆதித் தாத்தா என்பதில்தான் என்று
எனக்குத் தோன்றுகிறது பிரபலமாகிவிட்டாலே
இப்படி யாருக்குச் சொத்தாவது என்கிற பிரச்சினை வந்து
விடுகிறது யாருக்கென்று தெரியாமலாகிவிட்டால்
அப்படி எதுவுமே இல்லையென்று ஆகிவிடுகிறது
அதுவும் சரிதான் யாருடையதாகவுமே இல்லாததாக
ஒரு பொருள் எப்படி இருக்க முடியும்
எனக்கு அதைப்பற்றிக் கவலை இல்லை என்னுடைய
அன்றாட வாழ்க்கையில் ஒரு எல்லைக்குமேல் கடவுளை
நான் அனுமதித்ததில்லை என் கவலையெல்லாம்
நான் பிரபலமாவதைப் பற்றித்தான் கடவுளைப்
போல அப்புறம் நானும் என்றாவது
யாருடைய பெருமை மிகு மூதாதையன் என்று கண்டு
பிடிக்க முடியாமல் போய் ஒருநாள் இல்லை
யென்றாகி என் கொள்ளுப் பேரன்களை
என்னை மறந்துபோகச் சொல்லி
யாராவது கல்லெடுத்து அடிக்கக்கூடும் பேசாமல்
குடும்பப் போட்டோவில் மாட்டிக்கொண்டு வீட்டுக்கு
உள்ளேயே புன்னகைத்தபடி இருந்துவிடுவதுதான்
என்னுடைய சந்ததிகளுக்கு நான் செய்யும் கடமையாக
இருக்கக்கூடும் இன்றைய ஸ்திதியில்.

25.01.89
முன்றில்

சிரிப்பு

யாரும் யாரைப் பார்த்தும் சிரிப்பதற்கு
முழு உரிமை பெற்றிருக்கிறோம் சிரிப்பென்ற
அனுபவத்தை மனிதனுக்குத் தந்ததற்காக
கடவுளுக்கு நன்றி சொல்லித்தானாக வேண்டும் சிரிக்கத்
தெரிந்
திருக்காவிட்டால் பல நஷ்டங்கள் ஏற்பட்டுப்
போயிருக்கும் நமக்குச் சந்தேகமில்லை காதலிகள்
காதலிக்காமல் வெறுத்திருக்கக்கூடும் நாற்காலிகள்
மாறுவதென்பது
இல்லாமல் போயிருக்கலாம் ஒருவேளை
குமாஸ்தாக்கள் வெறும் குமாஸ்தாக்களாகவே
ஓய்வு பெற வேண்டியதாய்ப் போயிருந்திருக்கும்
மாதக் கடைசியில்
கைமாற்று என்கிற இடுக்கண் உதவி வழக்கொழிந்து
போயிருக்கும் கோமாளிகளும் நடிகர்களும் ஆட்சி
வாய்ப்புகளை இழந்திருப்பார்கள் சிரிக்கத் தெரியாத
குழந்தைகளின் அழுகை மறக்க விரும்பும்
சாவுகளைச் சதா நினைவூட்டி
பயமுறுத்திக்கொண்டேயிருந்திருக்கும் வழியில்
எதிர்பாராமல் எதிர்கொள்ள நேரும் எல்லாக்
கேள்விகளையும் திறமையாகச் சமாளிக்க
நமக்கு மிக உதவியாய் இருக்கிறது சிரிப்பு
நோக்கம் எதுவுமின்றி
சிரிப்பதற்காக மட்டுமே சிரிப்பைப்
பயன்படுத்தவேண்டுமென்கிற கட்டாயம் ஏதும்
இல்லாததால் அப்படிச் சிரிப்பவன்
பைத்திய மென்பதாலும்கூட எல்லோராலும்
சிரிக்கவும் முடிகிறது உரிமையுடன்
எதற்காகவும் சுலபமாய்.

13.02.89

வெளிச்சம்

ஏதாவது படிக்கவென்று நான் எழுந்து
விளக்கைப் போடும்போதெல்லாம்
அம்மாவும் கூடவே எழுந்துகொள்கிறாள்
தூக்கம் புரையோடின கண்களை
அடிக்கொருதரம் துடைத்தபடி ஏதாவது
பாத்திரத்தைத் தேய்த்து வைக்கிறாள்
அல்லது அடுப்படியின்
பாத்திர வரிசைகளை மாற்றி வைத்துக்கொண்டு
பொழுதைக் கடத்துகிறாள் அவள் செய்யும்
சத்தம் என் படிப்பைக் கெடுப்பதாகப்
பல சமயங்களில் நேர்ந்துவிடுகிறது
மறுநாளைக்கென்று முதல் நாள் வேலைகளைத்
தேக்கி வைக்கும் பழக்கம் அம்மாவுக்குக்
கிடையாது என்றாலும்
விளக்கை நான் போடும்போ
தெல்லாம் செய்வதற்கென்று ஏதாவது வேலையை
வெளிச்சம் அவளுக்குத் தந்துவிடுகிறது
எனக்குக் கவிதைகளைப்போல.

15.02.89

நான் என்பதைப் பற்றி

நான் என்பதைப் பற்றிச் சிந்திக்கும்போது என்னைப்
பற்றி இவர்கள் எப்படி நினைத்துக்கொண்
டிருக்கிறார்கள் என்பதைத் தெரிந்துகொள்வதும்
தவிர்க்க முடியாததாக இருக்கிறது நியாயமாக
என்னைப் பற்றி ஒவ்வொருவரும் ஒவ்வொரு
மாதிரியாகப் புரிந்துகொண்டிருக்கக்கூடும் ஒரே
சமயத்தில் புத்திசாலியாகவும் ஏமாளி
ஆகவும் நான் தென்படச் சாத்தியமுண்டு வேறு
வேறு மாதிரியான பார்வை இருப்பவர்களுக்கு
ஓகோவென்று நான் ரசிப்பதையெல்லாம் வெறுங்
குப்பை என்று ஒதுக்கித் தள்ளக்கூடியவர்கள்
இருக்கலாம் இவர்களில் மாறாக மற்றவர்கள்
உருப்படியென்று தெரிந்து வைத்திருப்பது எனக்கு
இலக்கியமற்றதாகத் தெரிந்துவிடும் சந்தர்ப்பங்களும்
இருக்கக்கூடும் அது
இயல்புதான் சொல்லப்போனால் என்னைப்
போன்றே இவர்களுக்கும் நான்
புரியாதவனாகவே இருந்திருக்கக்கூடும் ஆரம்பத்தில்
இதையெல்லாம் அனுசரித்துத்தான் உத்தேசமாக நான்
என்பதை வரையறுத்துக்கொள்ள முடியு
மென்று தோன்றுகிறது பொதுவாக
இப்படிக் கேள்வியெழும்போது நான் என்கிற
தன்மை ஒருமையில் இலக்கணக் குழப்பம் ஏற்பட்டு
விடும் சாத்தியமுமுண்டு வாஸ்தவத்தில் நான் என்பது
என்னுள் அபிப்பிராயங்களாக நிறைந்திருக்கும்
இவர்கள்தானா அல்லது என்னை இவ்விதமென்று
இவர்கள் உருவகப்படுத்திக்கொண்டிருக்கும்
அபிப்பிராயங்களா.

16.03.89

சரி தவறு என்கிற வாதம்

எதையும் சரியென்றோ தவறென்றோ நமக்குத்
தோன்றுவதைச் சொல்ல முடிவதில்லை இந்தக் காலத்தில்
ஒவ்வொன்றுமே சரி தவறு என்று பொதுவாய்
இரண்டுமே சாத்தியமாவது போலவே தோன்றுகிறது
தவறென்று காரணம் காட்டி ஒன்றை ஒதுக்கி
விடும்போது தவறுக்கு எதிரான
சரியைத் தவறென்று விவாதிக்க அநேக காரணங்கள்
இருந்துவிடுகின்றன எப்போதும் தவிரவும்
சரியென்று ஒன்றை நிரூபிக்க முற்படும்போது
தவறென்று இன்னொன்றைக் கண்டுபிடித்துத் தொலைந்து
அதைப் பற்றிக் கவலைப்பட்டுக்கொண்டிருப்ப
தென்பது சகிக்க முடியாததாய்ப் போய்விடுகிறது
சரியென்றோ தவறென்றோ ஒரு காரியத்தைப் பிரித்துப்
பார்ப்பதைவிட நிகழ் காலத்தில் எதற்கும்
சரி தவறென்று எப்போதுமே இரண்டு பக்கங்கள்
உண்டு என்று லோகாயதமாக எடுத்துக்
கொள்வது சிக்கலில்லாமல் இருக்கும் அதைவிடச்
சரி தவறு என்ற
இரண்டு பக்கங்களின்றி ஒரு துரும்பும் அசைந்து
விடாதென்று தத்துவார்த்தமாய்ப் பேசிவிட்டு
ஒதுங்கிக்கொள்வது இன்னும்
வசதியாய்ப் போய்விடும் எந்தச் சமயத்திலும்.

02.04.89
முன்றில்

பூமியைப் பற்றின சில விதிகள்

எந்தக் காலத்திலுமே பூமியுடன் கூடவே வளர்ந்து
வந்திருக்கின்றன பூமியைப் பற்றின சில
புரியாத விதிகள் விதிகள் மாறியும் புதிதாகச்
சேர்ந்தும் இன்று நிறைய மாற்றங்கள் வந்துவிட்டன
அந்தந்தக் கால விதிகளின் அடிப்படையில்
வெகுதூரம் முன்னேறுவதென்பதும் சாத்தியமாகிவிட்டது
ஆனால் புரியாத விதிகள் என்று சில இருந்து
கொண்டுதானிருக்கின்றன இன்னும்
திடீரென்று நாளையே பூமி
சதுர வடிவமானதென்று யாராவது சொல்லிவிடக்கூடும்
மிச்சமிருக்கும் விதிகளை அந்தப்
புதிய கூற்றோடு ஒப்பிட்டுப் பார்த்து அதையொட்டி
வேறு புதிய விதிகளை உருவாக்க விஞ்ஞானிகள்
மண்டையை உடைத்துக்கொள்ளக்கூடும் எந்தக்
காலத்திலும் விதிகளுடன் கூடவே பாமரனும்
இருப்பான் திடீரென்று கண்ணெதிரே தன் பாதை
இடவலமாக மாறிவிடாதிருக்கும் வரையிலும் புது
விதிகளைப்பற்றி அவன் கவலைப்பட மாட்டான் பூமியின்
வடிவம் சதுரமென்றாலும் பெரிதாக ஆட்சேபணை
ஏதும் இருக்காது அவனிடம் என்றாலும் எந்த மாற்றமுமே
விதிகளிடம் இப்படி அலட்சியமாக நடந்துகொள்ளும்
பாமரனை அனுசரித்தே
நிகழ்ந்துவிடவேண்டிய கட்டாயம் எப்போதும்
இருந்துவிடுகிறது ஒருகோணத்தில் பாமரனும்
இன்னும் விளங்காதிருக்கும் சில விதிகளும் ஒன்றேதா
னென்று சொல்வதிலும் ஏதும் தப்பிருக்காதுபோல.

15.05.89
முன்றில்

அவனும் இவனும்

குடிப்பவனைத் திருத்தும்
அளவுக்குக் குடிக்காதவன்
நல்லவன்தானா குடிக்
காதவனெல்லாம் யோக்கியனா
குடிக்காதவனுக்கும்
ஆதர்சமாய்க் குடிப்பவன்
இருந்துவிட முடியாது
குடிப்பதற்கென்று ஒரு
காரணமும் குடிக்காமல்
இருப்பதற்கென்று
ஒரு காரணமும்
அதனதன் அளவில்
தனியாக அவனவனுக்கென்று
இருக்கும் எப்போதும்.

18.05.89
கணையாழி

ஏற்கெனவே

சிட்டுக்குருவியை
எடுத்துக்கொள்
கவிதை
இருப்பதா
எழுதப்படுவதா.

21.05.89
காலச்சுவடு

கடைசிக் கவிதை

என்னுடைய கடைசிக் கவிதையாக இது
அமைந்துவிட வேண்டு
மென்பதுதான் என் விருப்பமும் முதலில்
கவிதையில் கடைசிக் கவிதை என்று
ஒன்று உண்டா சாகும்போதுகூடச் சாவைப்
பற்றி ஏதும் எழுதத் தோன்றினால்
கை நடுநடுங்க உடல் வியர்க்க எழுதி
முடித்துவிட்டுச் சாகலாம் கடைசியாக எழுத முடிந்தது
என்று சொல்ல முடியும் கடைசிக்
கவிதையாகிவிடுமா அது சாவுக்குப் பின்
காக்கையாகவோ கழுகு குருவியாகவோ
பிண்டம் கொத்த வரும்போதுகூட சந்ததிகளுக்குக்
கவிதையென்று எதையாவது கத்திச்
சொல்லலாம் அவர்களுக்குப் புரியுமோ
புரியாதோ நான் காக்காயாய்ப் பிறந்திருக்கலாம்
என்று நம்புபவர்கள் காக்காய்
கவிதை பாடுமென்றால் நம்ப மாட்டார்கள்
புரிந்தால்
அதை எழுதிக் கவிதையென்று
அவர்கள் பெயரில் வெளியிட்டுப் பயனடையட்டும்
ஆனால் என் வாயை அடக்க மேலும் கொஞ்சம்
பிண்டம் எறிந்துவிட்டுப் போய்
விடுவார்கள் என்றுதான் எனக்குப் படுகிறது என்
கடைசிக் கவிதை
அங்கே முடிந்துவிடுமோ என்னவோ.

04.08.89

கவிதைக் குப்பை

சரியாக வராத அரைகுறைக் கவிதைகளை
யெல்லாம் கசக்கி என் காலடியில் இருக்கும்
சின்னக் குப்பைக் கூடைக்குள்
எறிந்துவிட்டு முழுக் கவிதையைப் பிரசுரிக்கவென்று
அனுப்பி வைக்கலாம் கவிதை
திருப்திகரமாக வரவில்லை சொல்ல வந்தது
பாதியில் நிற்கிறது என்று
அவர்களும் அதைக் கசக்கி எறிய வசதியாக
அங்கும் ஒரு பெரிய குப்பைக்கூடை
இருக்கும் கவிதை எழுதி என்ன
குப்பைக் கொட்டினாய் என்று யாரும் என்னைக்
கேட்டால் எனக்குப் பதில் சொல்லத்
தெரியாது எந்த அரைகுறைக் கவிதை பின்னால்
ஒரு முழுக் கவிதையாகும் என்பதையும்
எத்தனை அரைகுறைக் கவிதைகள் சேர்ந்து ஒரு
முழுக் கவிதையைக் கொடுக்கும் என்பதையும்
குப்பைக் கூடை வாயிருந்தால் சொல்லும்.

14.08.89
விருட்சம்

புற நகர்

பூவோடு புல்
அழுந்த
தாரோடு சரளையை
இறைத்துப் போகும்
ரோடு என்ஜின்
கூட்டோடு
விட்டுச் சென்ற
நேற்றைய மரம்
காணாது
குழம்பித் தவிக்கும்
குருவி
தளம் மட்டும்
மிச்சமிருக்கும்
மனையின் உள்பக்கம்
விசும்பலுடன்
முனகல் வரும்
இன்னுமொரு
அபிவிருத்திப் பணியில்
இணைந்துகொள்ள
சிபாரிசுக்காய்
விட்டுச் சென்ற
துணை நோக்கிக்
காத்திருக்கும்
சும்மாடு
சோனிப் பிள்ளையுடன்
பெருக்க விகிதம்
கணக்கிட்டு
மேலும் கொஞ்சம்
ஆட்கள் போவார்கள்
வீடு கட்ட.

28.08.89
காலச்சுவடு

பேச்சின் அமைதி

இருட்டு அமைதியைக் கொண்டு
வந்துவிடுகிறது எப்படியோ இருட்டில்
உன் முகமும் என் முகமும்
ஒன்றுபோல்தான் தோன்றுகிறது நீ ஏன்
ஒன்றுமே பேசவில்லையென்று
என்னைக் கேட்டால் என்னத்தைச் சொல்வது
இருட்டு உன் முகமென்றே
என் முகத்தையும் உனக்குக் காட்டி
யிருக்குமென்று நினைத்தேன்
இதைச் சொன்னால் சிரிப்பாய் எனக்கு நானே
எப்படிப் பேசிக்கொள்வதென்று
சும்மாயிருந்தேன்.

10.10.89
நிகழ்

நடை

ஆகாத காரியமென்று காதைத்
திருகி அப்பா கண்டித்துக் கூறியிருந்தாலும்
ரகசியமாகவேனும்
நடக்கும்போது அடியை எண்ணுவது பழக்கமாகி
விட்டிருந்தது அப்போது இவ்வளவு
நேரத்துக்கு இத்தனை அடி என்று போகும்
தூரத்தைக் கணக்கிட்டு அது
சரியாகவும் வந்துவிட்டால் அன்று
சந்தோஷம் நிரம்பி வழியும் இருபது வருஷங்களில்
அந்தப் பழக்கம் எப்போது
நின்று போனது என்று சரியாக நினைப்பில் இல்லை
வளர்ந்துவிட்டபின் இஃதென்ன
கிறுக்குத்தனம் என்று யாரும் கேலி பண்ணி
யிருக்கக் கூடும் எந்த இடத்துக்கும்
குறித்த வேளைக்கு முன்னால் போய்
அசடு மாதிரி நிற்பதும் தாமதமாகப்
போய்த் தொலைந்து கையைப் பிசைந்துகொள்வதும்
வாடிக்கையாக நடந்துகொண்டிருக்கிறது
சின்ன வயதுப் பழக்கம் இப்படிக் கையை
விட்டுப் போய்விட்டதே என்று இப்போது
வருத்தப்படுகிறேன் இடத்துக்குத்
தகுந்தாற்போல அடியை எட்டிப் போட்டும்
குறுக்கி வைத்தும் நடந்து மற்றவர் முன்
என்னைப் பெரிய மனிதனாய் ஸ்தாபித்துக்
கொள்வதுதான் பிரதானமான கவலையாய்ப்
பழக்கமாய் இருந்து வருகிறது எப்போதும்.

01.12.89
விருட்சம்

பேச்சு

விபத்தில் இறந்துபோனார் தோழர் அப்படித்
தான் இறக்கப்போவதைச் சூசகமாக
முன்கூட்டியே தங்களுக்கு அறிவித்ததாய்
கூட இருந்தவர்கள் சொல்லிக்
கொண்டிருந்தார்கள் எப்போதும்
போய்வருகிறேன் என்று சொல்லிக்கொள்பவர்
அன்று போகிறேன் என்று சொன்னாராம் அபசகுனமாய்
அப்படிப் பேசியதைப் பற்றிப் பேசி வருத்தப்
பட்டுக்கொண்டார்கள் அந்த வார்த்தைகளை
அவர் கூறாமலிருந்திருந்தால் உயிர்
பிழைத்திருப்பாரோ என்னவோ
எனக்குத் தெரியாது வார்த்தைகளில் சிக்குண்டுதான்
அவர் இறந்தார் என்று எல்லாருமே நம்பினார்கள்
போலத்தான் இருந்தது அது ரொம்பக்
கொடுமைதான் துக்கம் விசாரிக்க வந்தவர்கள்
இழவு வீட்டில் சொல்லிக்கொள்ளாமல்
போவதென்னும் மரபைக் கடைப்பிடித்தார்கள்
பயம் காரணமாயும் இருக்கலாமென்று
எனக்குத் தோன்றியது நானும்கூட
ஏதும் பேசவில்லை.

01.12.89

பக்தி

என் இடத்திலிருந்து எங்கே போவதானாலும்
வீதி முனைப் பிள்ளையார் கோவில்
குறுக்கிடுகிறது அவசரமாய்ப் போய்க்
கொண்டிருக்கும்போது பல சமயங்களில் அதை
ஏன் அங்கே கட்டினார்களென்று
எரிச்சலாக வருகிறது நின்று கும்பிடாவிட்டால்
என்ன ஆகிவிடும் என்று அலட்சியமாய் அதைக்
கடந்து போக
வழிவழியாய் வரும் பய உணர்ச்சி விடுவதில்லை
நின்றது வீண் போகாமல் ஏதாவது
வேண்டிக்கொள்வதும் இதுவரையில் நிற்கவில்லை
என்கூட நின்று கும்பிடு போட்டுவிட்டு
ஆச்சு ஆச்சு என்று கிளம்பிப் போகும் இத்தனை
பேருக்கும் எத்தனை வேண்டுதல்கள்
இருக்கும் தெரியாது தெரியவும் வேண்டாம் ஆனால்
கோவிலைத் தாண்டிப் போகும்
அத்தனை பேருக்குமே பிள்ளையாரப்பனை
நன்றாகத் தெரியுமென்று உறுதியாகச் சொல்லலாம்
சின்ன வாசல் வழியாகத் தினமும்
வினாடிக்
கொன்றாய்த் தோன்றி மறையும் இத்தனை
முகங்களில் எத்தனை முகத்தைப் பிள்ளையாருக்குத்
தெரியுமென்றும் எண்ணிப் பார்க்கிறேன்.

17.12.89
கனவு

அப்போதைக்கு

அரிசி மாவைக் கொத்த வருகிறேனென்று வந்து
கோலத்தில் எச்சமிட்டுத் தொலைந்துவிட்டது
விடியலுக்குள்
எழுந்துவிட்ட கோழி மார்கழி
விடியலென்று கவனித்துப் போட்ட பெரிய
தேர்க்கோலம் அதை இரண்டு எச்சப் பொட்டு
பாழ் பண்ணிவிட்டதே நித்யாவை எழுப்பி மறுபடி
போடச் சொன்னால் எரிந்து விழுவாள் விடியும்போது
கோலத்தை மறைத்துக்கொண்டு பெரிதாக
வளரப் போகிறது எச்சம் ஊரார் சிரிக்கப்
போகிறார்களென்று காலையில் கவரைப்
பட்டுக்கொண்டிருந்தது கோப்புகளுக்
கிடையில் திடீரென மறுபடி நினைவுக்கு வருகிறது
காலையில் வாசலைத்
தாண்டி வெளியே வரும்போது அங்கே இருந்ததா
தேர்க் கோலமும் கோழி எச்சமும்.

20.12.89

படைப்பு

அறை காலியாகிவிட்டது முழுவதுமாய்
ஓவியங்களைப் பார்வையிட வந்தவர்கள்
எல்லோரும் போய்விட்டார்கள் காகிதக்
குறிப்புகள் அங்கொன்றும்
இங்கொன்றுமாய்க் கசங்கிக் கிடக்கின்றன
கோப்பைக் காப்பி காலியாகிவிட்டது அப்படியே
ஓவியங்களுடன் கதவைப் பூட்டி
விட்டு வெளியே செல்ல இதோ நானும்
தயாராகிவிட்டேன் நாளைக் காலை
மற்றுமோர் காட்சி இருக்கிறது.

06.01.90
காலச்சுவடு

பருவம்

படுகை வறண்டு கிடக்கும்போது ஒரு
பழம் நினைவைப்போல ஏன்
துருத்திக்கொண்டு நிற்கிறதந்த ஒற்றைக் கல்லென்று
அதைப் பார்க்கும்போது நினைத்துக்கொள்வேன்
மைல் கல்லாகவோ அல்லது
நடுகல்லாகவோ இல்லாமல் அது
அங்கே அப்படி நிற்பதற்கு ஒரு காரணமும்
இல்லையே என்று வேடிக்கையாயும் எண்ணுவதுண்டு
மேலே படுத்துக் கிடக்கும் பூச்சியோ பொட்டோ
எச்சமிட்டுவிட்டுப் போகும் பறவையோ ஏதும்
கவிதை தருமா என்று யோசித்திருக்கலாம் அவ்வளவே
மேலும் ஒரு கல் என்பதற்குமேல் அதைப்பற்றிச்
சொல்ல ஏதும் இருப்பதாய்த் தெரியவில்லை
ஆற்றில் நீர் நிரம்பும்போது கரை புரண்டு ஓடும்
வெள்ளத்தில் ஆழ அமிழ்ந்து கிடக்கும் கல்
சலனம் ஏதுமின்றி அப்படி ஒரு கல் அங்கே
இருந்ததென்ற நினைப்பும் மறந்துபோகும்.

13.01.90
கணையாழி

குறி

யார் எறிந்ததோ ஒரு கல்
ஒரு பறவைக்காகவோ
ஒரு பழத்திற்காகவோ நீரில்
வட்டம் பார்க்கவோ
எதற்காகவோ அல்லது
மாட்டிக்கொண்டான் தனியாக
என்று யாரும்
என்னை நோக்கி
எறிந்ததுதானோ அறியேன்
எதை நோக்கி எழுந்ததென்று
தெரிந்துகொள்ள
ஏதும் வழியில்லாமல்
என் மீதும் படாமல் எதையோ
தொடுவதற்குச் சற்று முன்
விழுந்துவிட்டது கல்.

19.01.90
கணையாழி

வெற்றி

யாவற்றிலிருந்தும்
தரையை விடுவிக்கலாம்
எதையும் எளிதாக்குகிறது
உன் காலம்
சிலைகளுக்குப் பதில்
படங்களை மாட்டு
வளையங்களில்
விளக்கைப் பொருத்து
விதானத்தில்
தொங்கட்டும் மின்விசிறி
அண்ணாந்து பார்க்கச்
சுவரில் சுவர்
கடிகாரம் பொருத்து
தட்டுமுட்டுச் சாமான்களுக்குப்
பரண் செய்துகொள்
சற்று யோசித்தால்
தரை வசப்படலாம்
சகிக்க முடியாததாயிருக்கும்
கூரையின் முணுமுணுப்பு.

24.01.90
காலச்சுவடு

போதை

நாலு வயதுவரை நான் எப்படி
இருந்தேனென்பது எனக்கு நினைவில்லை அப்போது
நீ அப்படித் தவழ்ந்தாய் இப்படி நடந்தாய்
என்று அம்மா சொல்லும்போது எப்படி
நாள் கணக்குத் தவறாமல்
இதையெல்லாம் நினைவு வைத்திருக்கிறாளென்று
ஆச்சரியமாயிருக்கும் பள்ளியில் சேர்ந்து
பைசாவுக்குப் பொய் சொல்ல ஆரம்பித்ததிலிருந்து
அம்மா தன் கணக்கைத் தவற விட்டுவிட்டாள்
நித்யா வந்ததிலிருந்து
என்ன வந்தது என்ன போனது என்பதே
தெரியாமலாகிவிட்டது அவள்
வீட்டுக் கணக்கை ஒப்பிக்கும்போதும் வந்த
புதிதில் நான் அசடு வழிந்ததையெல்லாம்
சொல்லிக் காட்டும்போதும் ஓஹோஹோ என்று
கேட்டுவிட்டுப் புத்தகத்தில்
ஒளிந்துகொண்டு விடுவது பழக்கமாகிவிட்டது
அம்மாவுக்கும் நித்யாவுக்கும் இடையிலான
வருஷங்களை எப்படி மறந்து
போவதென்று தெரியாமல் என் நினைவுப்
பொதிகளைச் சுமக்க ஒரு கழுதையைத் தேடி
அலைகிறேன் அலைகிறேன்.

24.01.90
விருட்சம்

அல்லது

ஆத்மாநாமின் கவிதைகளைப் படிக்கும்போது
ஒன்று தெரிய வருகிறது நான் சிந்திக்கும் விஷயங்களைப்
பற்றி நான்
சிந்திக்கும் வழிகளிலேயே அவனும்
சிந்தித்திருக்கிறான் என் கவிதைகளில் பல
அவன் எழுதியதைப்போலவே இருப்பது
தற்செயலா
நான் ஆத்மாநாமா
ஒரு விஷயத்தைப் பற்றி
ஒரு தடவை
ஒருவர் எழுதியது போதுமென்று அந்தக்
கவிதைகளைக் கிழித்தெறிந்துவிட்டு
அவன் எழுதாத
மிகுதிக் கவிதைகளை என்னுடையவையென்று
தைரியமாகச்
சொந்தம் கொண்டாட முடியும்
ஆத்மாநாம்
அவன் எழுதிய கவிதைகள் மட்டுமா.

30.01.90
மீட்சி

அபூர்வமாய் உன் கவனம்

வண்ணத்துப் பூச்சியொன்று
உன் அருகில் பறந்து செல்லும்போது
அதன் வண்ணங்களை யோசி
பந்தயக்காரனின்
இதயத் துடிப்பைப் போலப்
படபடக்கும் அதன்
சிறகசைப்புக்கு வேறு
அர்த்தம் தொனிக்கிறதா பார்
உன்னைக் கடந்து செல்லக்
குறுக்கே நிற்காமல்
ஒதுங்கி நில்
ஒரு தாள் எடுத்து ஒரு
வண்ணத்துப் பூச்சி இன்று
என்னருகில்
பறந்து சென்ற
தென்று எழுதி
பத்திரப்படுத்து
குறைந்த பட்சம் அது
வேறு பூச்சியல்ல
என்றாவது
இனங்கண்டுகொள்
மறுபடி எப்போது
பறந்து செல்லுமோ
உன்னருகில்
ஒரு வண்ணத்துப் பூச்சி.

30.01.90
கணையாழி

கூட்டுக் குடும்பம் என் புது மனைவி

இருளின் முள்ளோ கதவின்
மறைவில் ஆணியோ
பொட்டாய் ஒரு மத்தாப்புப்
பொறியின் முத்தம்
சுள்ளென இருட்டைக்
கொட்டும் பனி முதலில்
விழிப்புக் கண்டதும் இன்னும்
விழித்திராத உனக்கான
தோட்டத்தின் இன்றைய
முதல் ரோஜாவைச் சப்தமெழாமல்
எழுந்து சென்று
பறித்தபோது எனினும்
எழுப்ப மனமில்லை உன்னை
ஆழ்ந்த உறக்கம் உனக்கு
தலையணையில் உன் நல்ல விழிப்பிற்கான
சகுனப் பூவை வைக்கிறேன்
இருட்டைச் சுருட்டிக்
கொண்ட போர்வைகளுக்குள்ளிருந்து
இன்னும் எழுந்திருக்கவில்லை யாரும்
வறண்டு சில்லிட்ட என்
உள்ளங்கைப் பரப்பிலிருந்து
பூத்தது ஒரு துளி ரோஜா
உன் காலை வணக்கம்போலக்
கதகதப்பாய்.

(நித்யாவுக்கு)

10.03.90
கணையாழி

உயிர்

17.04.1989 அன்று எங்கள் நிறுவன
இயக்குநர் காலமானார் அந்தத் தகவல் மிகவும்
அதிர்ச்சி தருவதாய் இருந்தது நல்ல
நிர்வாகி மனிதாபிமானி தொழிலாளர் யாவரையும்
சொந்தக் குடும்பத்தினர்போலப்
பாவித்தவர் என்று அவரைப் பற்றி
நினைவுகூர்ந்தோம் தொழிற்சாலை
வளாகத்தில் அவருக்கு
மௌன அஞ்சலி செலுத்தவென்று நாங்கள்
கூடிய இடத்தில் தலைக்குமேல்
கீச்சுக்கீச்சென்று கத்தி அமைதியைக் கெடுத்துக்
கொண்டிருந்தது ஒரு குருவி
அந்த வேளையின் கனத்தை அது
பாழ் பண்ணிவிட்டதென்று பலர் முணுமுணுத்தார்கள்
நன்றிகெட்ட குருவியென்றும்
சொல்லிக்கொண்டார்கள் குஞ்சுகளோடு
கூட்டைக் கலைத்து வீசவேண்டுமென்று சிலர்
ஆத்திரத்தோடு அண்ணாந்து தேடிக்
கொண்டிருந்தனர் பொதுவில் குருவி இப்படிக்
கத்தித் தொலைத்துச் சூழ்நிலையின் புனிதத்துவத்தைக்
கெடுத்துவிட்டதுபற்றி எல்லோருக்கும்
அதிருப்திதான் அஞ்சலி முடிந்து மறுபடி
சந்தடிகள் ஆரம்பிக்கும்வரை குருவி தன்
கத்தலை நிறுத்தவேயில்லை
குறையறிவுப் பிராணிக்கு என்ன தெரியும்
அஞ்சலிபற்றி என்று பேசியபடி எல்லோரும்
கலைந்துபோனார்கள் உண்மைதான்
மாறாக எப்போதும் இயந்திரங்களின் இரைச்சல்
கேட்டுக்கொண்டேயிருக்கும் இடம் திடீரென்று
நிசப்தமாக ஆகிவிட்டதில் கூட்டுக்கும்
குஞ்சுக்கும் என்னவோ ஏதோவென்று நினைத்துப்
பயந்துபோயிருக்கவும் கூடும் அந்தச்
சின்னப் பறவை.

14.03.90
காலக்ரமம்

வேறு

குருவிகளுக்கென்று இறைத்த அரிசி
அதைக் காக்கைகள் கொத்த வருகின்றனவென்று
கையை வீசி வீசி விரட்டிக்
கொண்டிருக்கிறாள் அம்மா குருவிகளை
விட்டுவிட்டுக் காக்கைகளை மட்டும்
விரட்டுவது எப்படி
யென்று தெரியாமல் குழம்பிப்போய்க் காக்கைகளைத்
திட்டித் தீர்த்துக்கொண்டிருக்கிறாள்
கையுயர்த்தல் அச்சுறுத்த
மட்டுமில்லையென்று உணர்ந்துகொள்ளும்
அறிவில்லாதபடி இறைந்து
கிடக்கும் அரிசியும்
அச்சுறுத்தலும் இரண்டுக்கும் பொதுவென்று
பயத்துடன் காக்கைகளைத்
தொடர்ந்து பறந்துகொண்டிருக்கின்றன குருவிகளும்
குருவிகளைப்
பிடிக்கும் அம்மாவுக்கு ஏன் காக்கைகளை
மட்டும் பிடிப்பதில்லை என்று
நான் யோசித்துக்கொண்டிருக்கிறேன்.

23.03.90
விருட்சம்

திரேஸ்யாவும் மரியமும்

தகழியின் சிறுகதை நாயகியான
திரேஸ்யாவைப் படிக்கும்போது எனக்கு
எனக்குத் தெரிந்த மரியத்தின் ஞாபகம் வருகிறது
அவர் யாரை நினைத்துக்கொண்டு திரேஸ்யாவைப்
படைத்தாரோ தெரியாது அந்தப்
பெண்ணும் ஒரு கிறிஸ்தவள் என்பதனால்கூட
எனக்கு மரியத்தின் நினைவு வந்திருக்கலாம்
இருவருக்குமே கல்யாணம்
ஆகவில்லை என்கிற ஒற்றுமையைத் தவிர வேறு
ஒற்றுமைகள் ஏதும் இல்லை திரேஸ்யாவின்
அப்பனை அவன் முதலாளி சக்கையாக
ஏமாற்றிவிட்டான் எனக்குப் பாட்டுச் சொல்லிக்
கொடுக்கும் மரியத்தின்
தகப்பனை நான் நன்கறிவேன் அவனை
யாரும் அவ்வளவு லேசில் ஏமாற்றிவிட முடியாது
திரேஸ்யாவைப் படிக்கும்
ஒவ்வொருவரும் அவளை ஒவ்வொரு விதமாகக்
கற்பனை செய்துகொள்ளக் கூடும் அவரவர்களின்
கனவு காணும் சக்திக்குத் தக்கபடி மரியம்
அப்படி யோசிக்கத் தேவையில்லாதபடி
ஒடிசலாய் லட்சணமாயும் இருக்கிறவள்

மரியத்துக்கு ஏன் இன்னும்
கல்யாணம் ஆகவில்லை என்று நான்
கேட்டதில்லை ஏதாவது காரணம் இருக்கும்
திரேஸ்யாவைக் கல்யாணமாகாதவளாக கன்னியாக
தகழி படைத்தபோது அவள் வயது பதினாறு
இத்தனை வருடங்களுக்குப் பிறகு நான் அதை
அறிய நேர்ந்தபோதும்
பதினாறாகவே இருக்கிறாள்
மார்க்கண்டேயன் போல திரேஸ்யா அவளுக்குத்
திருமணம் ஆகும்வரை பதினாறாகவே
அவள் தகப்பன் மீண்டும் காசு சேர்க்கும்வரை
இருந்துவிடுவாள் எனக்குத் தெரிந்த
மரியத்துக்கு இந்த மார்ச் வந்தால் வயது
முப்பத்து நான்கு முடிகிறது.

23.03.90
கனவு

விஷம்

தொட்டிக்குள் நெளிந்ததைப் பார்த்து
விட்டு அம்மா பராசக்தீயென்றாள்
சும்மாயிரு பத்தோடு ஒரு
ஐந்துதான் இதுவு
மென்றேன்
ஷ்... பெயரை உச்சரிக்காதே
இரவு வேளையிலென்று
எச்சரித்தார் பார்க்க வந்தவர்
குழந்தை மிரண்டு தாவி
விடப்போவதைப் பயந்து கண்களை
பொத்திக்கொண்டு எட்டிப்
பார்த்த பக்கத்து
வீட்டுப்பெண் கயிறு என்றாள்
கிசுகிசுப்பாகப்
பேசிக்கொண்டோம் மேலும் பலப்பல
தொட்டிக்குள்
விழுந்த கணத்தில்
பெயரைத் தொலைத்துவிட்ட
உயிர் வெறுமே
சீறிக்கொண்டிருந்தது செய்வதறியாமல்.

09.04.90
கணையாழி

கழுதையும் கவிதையும்

செத்தைக் குப்பைகளுக்கிடையில் தெரியாத்
தனமாய் ஒரு முழக்
கயிற்றையும் சேர்த்து விழுங்கிவிட்டு
மெல்லவும் முடியாமல் துப்பவும்
முடியாமல் திணறிக்கொண்டிருக்கிறது ஒரு கழுதை
கயிற்றின் சுருக்கிலிருந்து அதை மீட்கலா
மென்றால் நாலுபேர் கேலி செய்ய ஏதுவாய்
அமைந்துவிடுமென்று தள்ளி நின்று
பார்த்துக்கொண்டிருக்கிறேன் நான் கண்டதைத்
தின்னும் பழக்கமுடைய கழுதைக்கு
இம்மாதிரிச் சங்கடங்கள் ஏற்படுவது கழுதைக்கும்
மற்றவர்களுக்கும் சகஜமான ஒன்றுதான்
கழுதைகளைப் பற்றின நினைவுகள்
யாரிடத்திலும் ஒரு சரியான கவிதையாக உருப்
பெறாமல் போய்விட்டது மிக
வருத்தப்படவேண்டிய விஷயம் ஆனால் இப்படி
விடுவித்துக்கொள்ளத் தங்களுக்கென்று
கைகளின்றித் திணறும் கழுதைகளின்
கஷ்ட ஜீவனத்துடன் ஒப்பிடுகையில் அது
அவ்வளவு மோசமில்லை என்பதை நினைக்க
ஆறுதலாய் இருக்கிறது.

14.04.90
மீட்சி

சுமை

பார்ப்பவர்கள் திடுக்கிட்டுப் போகும்படியாக
வந்தவனுக்குத் தலை இல்லை வீட்டுக்கு
வந்தவரின் பின்னால் கைகளை
அகல விரித்து அதை உயரத் தூக்கப்
பிரார்த்திப்பவன் போல ஓடி வந்தான் அவன்
வினோதமான காட்சி அது தோள்
உருகிக் காலாய்
வழிந்தபடியிருந்தது பார்ப்பதற்குக்
கண்களும் மோப்பம்
பிடித்தாவது தொடர்வதற்கு மூக்குங்
கூட இல்லாமல் எப்படி இவர்
பின் இவ்வளவு தூரம் ஓடி வந்தா
னென்று ஆச்சரியமாய் இருந்தது உத்தேசமாய்
கால்கள் நடக்க அதற்கு மூளை
அவசியமில்லையோ பின்
நாலணா இழுபறியில் ஒப்பந்தம் தோற்று
வந்தவர் கீழே விழப் பொந்துக்
குள்ளிருந்து சட்டென்று
எட்டிப் பார்த்தது மூளை.

03.06.90
அரங்கேற்றம்

கோப்புகளில் உத்தியோகம் எனக்கு

இரவு வீசிய காற்று தூற்றிச் சமன்
செய்த வழிப் புழுதியைக் கலைத்துக் கலவரப்
படுத்தியிருக்கும் கால் தடங்கள் பொறுக்க
விட்டுப்போன
பச்சைக் கிரீடம்போல ஓரஞ்சுருண்டு
கிடக்கும் சாண மிச்சம் (தாண்டிப் போவேன்)
காற்றில் சன்னமாய்த் தப்பி
யிருக்கும் பாடப்பட்ட பாடல் ஏதேனும் வேறு
பிரகாரச் சிற்ப வரிசையாய் நேர் வகிட்டில்
கீறப்பட்ட ஆயத்த நிலம் கிடக்கும்
ஒரு பக்கம் எல்லாம் மாயம்போல
சட்டமிடப்பட்ட என் தினத்துக்குள்
பிடிபடாது மௌனமாய் நழுவிக் கிடக்கும்
நான் திரும்பும் வழியுணர்த்தும் இன்றும்
இங்கோர் உலகம் இயங்கிற்றென.

03.06.90
காலக்ரமம்

வனம்

பிடிபட்டவை வீடுகளாகப் போகும்
விடுபட்டவை கருணையினால் பிழைத்தோ
மென்று தொடர்ந்து வளரும் இரைச்சலில்
பிளந்து உதிர்ந்தவை உலர்ந்து
மக்கும் தடை விதிக்கப்பட்ட
எல்லையில் சுள்ளிகளாய்.

03.06.90
காலக்ரமம்

வரிசை எண் பதினைந்து

திறந்திருந்த பெரிய அறையின் கத
விடுக்கில் நுழைந்து ஒரு பழுப்புக் குழவி
ஜன்னலை மோதி விளையாடியது உயரப்
பறந்து தொங்கும் மின்விளக்கின்
இடுக்கில் புகுந்து இடம் தேடி
ஙொய்யென்று
ரீங்காரமிட்டபடிச் சுற்றிச் சுற்றி இங்கு
மங்கும் அலை பாய்ந்தது உத்தர மூலை
நாட்காட்டி மறைவு குப்பைத் தொட்டி பூக்
குவளை என்று முன்னேறி மெதுவாய்த்
தோளுக்கு வந்தது துள்ளிச்
ச்சூவென்று விரட்டினேன் கை வீச்சில்
திடுக்கிட்டு விலகிக் குழவி
வேறு பக்கம் பறந்து தொலைந்தது.

06.06.90
காலக்ரமம்

இனம்

ஒன்றின் மூக்கைத் தொட்டு ஒன்றாக வளைக்குள்
எறும்பு கொண்டு செல்லும் ரகசியமென்ன
யாரைத் தொலைத்துவிட்டு அடையாளம்
தேடிச் சலிக்கிறதோ ஒவ்வொன்றும் ஏதாவ
தொன்றைப் பின்பற்றிப் பார்வையை
ஒட்டித் தொடர்வது என்னாலாகுமோ வளைக்குள்
புகுந்த கணம் வெளியே புறப்பட்டு
வருவது முன் நுழைந்த எறும்புதானா ஒரு
பருந்துப் பார்வையில்
எறும்பு வரிசையின் முதுகைத் துருவி
அடையாளம் தேடிப் பார்ப்பது யார்க்கு
மொரு அலுப்புத் தட்டும் விஷயம் நின்று நின்று
வரிசையை நகர்த்தும் எறும்புகளுக்குத்
தெரிந்திருக்கும் அருகில் வரும் சக
எறும்பிலொரு வித்தியாசம்.

06.06.90
நவீன கவிதை

மஞ்சள்

திருவிழாக் கூட்டத்தில் ஒருவனாக
அசலூர் நண்பனைப் பார்க்க நேர்ந்தபோது
வியப்புடன் கூவிக் கை
யசைத்து மகிழ்ச்சி தெரிவித்தால்
பதிலுக்குக் கை
அசைக்காமல் வேகமாய்ச் சென்று
விட்டான்
என்ன கவலையோ சொந்தமாய் ஆனாலும்
திருவிழாச் சமயத்தில்
தெருவில் போகிற யாரும்
திருவிழாவுக்கு வந்தவர்கள் போலத்தான்
தெரிந்து தொலைக்கிறார்கள்.

22.06.90
காலச்சுவடு

பிழைப்பு

கடைசியில் நேற்று முன்தினம்தான் ஓரத்திலிருந்து
தோண்ட ஆரம்பித்தார்கள் தண்ணீர் குழப்பிச்
சட்டகங்களில் பதிய அடித்துப் பெண்கள்
சதுரமாய்ச் சதுரமாய்ச் சச்சதுரமாய்ப் பெரிய
பாத்திகளில் பகுத்துக்கொண்டிருந்தார்கள் உடை
மரங்களுடன் வந்தவர்கள் சூட்டுக்குச்
சூரிய வெப்பம் தவிர மீதிக்குச் சுள்ளிகள்
போதுமாவெனக் கலந்துகொண்டார்கள் சகதியில்
நின்றபடி டவுன்காரர்களுடன்
பேரம் நடந்தது லாரிகள் வந்துகொண்டும்
போய்க்கொண்டுமிருந்தன இரண்டே நாட்களில்
விறகுகள் பற்களாய் இடுக்குகளில் நீளக்
காட்டு யானைபோலச் சூளையாய் நெட்டுவாக்கில்
நிற்க வைத்துவிட்டார்கள் செம்மண்ணை
வயலாக வைத்திருந்தார்கள் ஒரு காலத்தில்.

22.06.90
அரங்கேற்றம்

கிளி மண்டபமும் குருவிக் கூடும்

பிரச்சினைகள் தலையைத் தின்னும் நேரங்களி
லெப்போதாவது அம்மன் கோவில் பிரகாரத்துக்கு
வருவதுண்டு ஜிலுஜிலுவென்று காற்று
பிய்த்துக்கொண்டு போகும் போவோரும்
வருவோருமாய் வேறு உலகமாய் இருக்கும்
பொற்றாமரைக் குளத்தில் விடலைப்
பசங்களும் சாமியார்களும் நிர்வாணமாய்க்
குளித்துக்கொண்டிருப்பார்கள் இதைப்
பற்றியும் கிளி மண்டபத்துச் சிற்பங்கள்
பற்றியும் கவலைகள் தலைக்குமேல் போய்
விட்டதென்று தினப்படி மூன்று வேளையும்
பிரகாரம் சுற்றும் நண்பனிடம் தெரிவித்த
போது அப்படியா நான்
பார்த்ததேயில்லையே என்று ஆச்சரியப்பட்டான்
நன்கு பழகியவன் கவனத்திலிருந்து தப்பி
விடும் இதுமாதிரி அம்சங்கள் சில சமயம்
எப்போதாவது வருபவன் கண்களில் பளிச்சென்று
தென்படச் சாத்தியமுண்டு இது இயற்கையென்றான்
நான் ஆமோதித்தேன் உன் வீட்டில்
சுவிட்ச் போர்டுக்கு மேல் குருவியேதும் கூடு
கட்டியிருந்ததை இப்படிக் கண்டுபிடித்த
சுயானுபவ உதாரணம் உண்டா என்று
கேட்க நினைத்தேன் நிற்க நேரமின்றி அவசரமாய்க்
கோவிலுக்குள் போய்விட்டான்.

15.08.90
மீட்சி

தலைப் பிரசவம்

பிரிவாற்றாமை தணிந்து ஒரு
வழியாய் மனசைத் தேற்றிக்
கொண்டு நாலு
எழுத்து எழுத ஆரம்பிப்பதற்குள்
குழந்தையுடன்
திரும்ப வந்துவிட்டாள்.

02.07.90
கனவு

உரிமை

அரச மரத்தடியில் வளைய வளையமாகப் பின்னிக்
கொண்டிருக்கும் சர்ப்பங்களுக்குத் தினமும்
யாராவது பயபக்தியுடன்
பாலூற்றி வழிபடுவதைப் பார்க்கிறேன் ஒன்றை
யொன்று விழுங்கத் தயாராய்ச் சிவந்த
நாக்கு நீள வாயைப்
பிளந்துகொண்டு எதிரும் புதிருமாகப் பார்த்த
படியிருக்கும் காட்சி இரண்டில்
எதைத் தேவதையாக நினைத்துக்கொண்டு
அதற்குப் பால் வார்க்கிறார்கள் தெரியவில்லை
நடக்கும் சண்டையின் உக்கிரமோ இரண்டில் ஏதாவ
தொன்றைப் பலி வாங்கிக்கொண்டுதான்
முடியும்போலத் தோன்றுகிறது ஜெயிப்பது
புராண மரபுப்படித் தேவதையாகிவிடலாம் எது
ஜெயிக்கப் போகிறதென்பதும் இப்போது
காணத் தெரியவில்லை இதுதான் ஜெயிக்க
வேண்டுமென்று எனக்கும்
எந்தப் பிரார்த்தனையுமில்லை வயதற்ற சண்டை
இன்னும் ஆயிரம் வருஷங்களுக்கும் நீண்டு
கொண்டேயிருக்கக்கூடும் காலக் கரையான்
அரித்துப் பின்னல் முடிச்சுகள் மழுங்கிவிட்ட
பழங்கல்லில் அரைகுறையாக வெளிப்
படும் இரண்டையும் உற்றுப் பார்க்கும்
போது ஓரோர் சமயம்
பூஜையைக் கெடுத்துக்கொள்வானேனென்று
இரண்டுமே எப்போதோ சமாதானமாகிப்
போய்விட்டனவோ என்றும் தோன்றுகிறது
எப்படியிருந்தாலும் ஒரு முடிவு தெளிவாகத்
தெரியும்வரையில் தாக சாந்திக்காக
இரண்டுக்குமே பாலைப் பெற்றுக்கொள்ளும் உரிமை
உண்டு என்பது பாலூற்றிப்
பூஜை செய்பவன் கட்சியாக இருக்கும்.

03.08.90

முன்றில்

அசடு

மீண்டும் ஒரு தடவை
இறக்கிவிடப்பட்டுவிட்டேன்
இந்தமுறை நான் போகவேண்டிய இடத்திற்கு
அவர்கள் யாரும்
போகவேண்டியதில்லையாம்
ஏதோ ஒரு பீற்றல் காரணம்
இதோ வந்துவிடுமென்று ஒரு
நொண்டிச் சமாதானம்
மொத்தத்தில் என்னை மட்டும் தனியாக
விட்டுவிட்டு
எங்கோ போய்க்கொண்டேயிருக்கிறார்கள்
எல்லோரும்.

06.08.90
காலக்ரமம்

அதிலிருந்து

என்னுடன் பழகும் வேறு யாரை விடவும் சிட்டுக்
குருவியைத்தான் எனக்கு ரொம்பப் பிடித்
திருக்கிறது விரல் சொடுக்கில் பறந்துவிடும்
பிகு அதிகம்
ஆனால் போன வருடம் கையில் அடிபட்டு எழ
முடியாமல் படுக்கையில் கிடந்தபோது தினமும் வந்து
பார்த்துக்கொண்டும் காலடியில் கீச்சுக்
கீச்சென்று ஏதாவது
பேசிக்கொண்டும் கை வலி தெரியாதபடிக்கு
ரொம்ப உதவியாக இருந்தது.

05.08.90
காலச்சுவடு

பெயர்ப் பிரச்சினை

கொஞ்சம் கூடக் குறைய ஆனாலும்
தற்கொலை பண்ணிக்கொண்டவனின்[1]
அனுபவங்கள் (மன ஓதம் உள்பட)
உனக்கும் சித்தித்திருக்கின்றன
உயிரோடு இருப்பவனின்[2]
பல் சக்கரத்தில் பிடிபடாத வாழ்க்கையும்
அக்கறை சார்ந்த விஷயங்களும்
உனக்கும் விஷயங்களாகியிருக்கின்றன
பெரியவர்[3] விட்டுச் சென்ற
கேள்விகளும் இன்னும் முடிந்தபாடில்லை
மறுக்க முடியுமா
நல்லதாக ஒரு கவிதை கைவரும்போது
அந்தச் சிந்தனை முழுவதும்
உன்னுடையதென்று உன் சொந்தப் பெயரை
உரக்கச் சொல்லும்படி யென்னை
ஏன் வற்புறுத்துகிறாய்.

06.08.90
மீட்சி

1. ஆத்மாநாம், 2. கல்யாண்ஜி, 3. கநாசு

நகரின் மையப் பகுதியில் வீடு

நெடிது நீளும் அகாலம்
முழுவதும் ஒழிச்சலில்லாமல் ஊழிக்
கூத்திடும்
வாகனாதி வாகனங்கள்
இரையும் வெளிச்சக் கற்களை
எறிந்து அறையுள்
எறிந்து கடக்கும்
போது
தாங்காமல் பின்புறம்
சரிந்து சடசடவென்று என்னைத்
தாக்கி ஜன்னல் கம்பிகள் நகர்ந்து
உதிரும்
மனம் நடுங்கியபடி
ஆனால்
மிகப் பலசாலியாய்க் கண் விழித்
திருப்பவன் நான்
நீளும் கலவரம் ஓயும்படி
ராமபாணம்
வானில் ஏவப்படுகிறதென்று
சொல்லிச் சிவந்து
மஞ்சளித்து வெளுத்து மேலும்
என்மேல் தவழ்ந்து
மௌனமாய்
ஜன்னல் கம்பிகள் என்னுடன்
படுக்கையில்
புரண்டு நிலைக்கும்போது
எழுப்பப்படாமல்
தூங்கிப்போகிறவன்.

06.08.90
கணையாழி

அதுவும்

புத்தகங்கள் மட்டுமே உலகமென்று நம்பிக்
கொண்டிருந்தவனைத் திருப்பி வெளி
உலகத்தைக் காண்பித்தாய்
ஆனால் புத்தகங்களற்ற
உன் உலகமும் என் கண்களுக்கு
முழுமையானதாய்த் தெரியவில்லையே.

12.08.90
நவீன கவிதை

பெருமிதம்

செய்ய விட்டுப்போன நல்ல காரியங்களும்
எழுத மறந்துவிட்ட நல்ல கற்பனைகளும்
பார்க்கத் தவறிவிட்ட நல்ல காட்சிகளும்
அபூர்வமாய் வருத்தப்
படும்படியென் நினைவுக்கு வரும்போது
தப்பித்துக்கொண்ட கெட்ட வேளைகளுக்கும்
தூக்கியெறிந்த ஆபாசங்களுக்கும்
பட்டுப்போன அசட்டு யோசனைகளுக்கும்
அவை சமமாக இருப்பதைப் பார்க்கிறேன்.

20.09.90
முன்றில்

தரை

இங்கிருந்து பார்க்கும்போது
பரந்த வானில் ஒரு புள்ளியாக
குருவி பறப்பது தெரிகிறது
நானோ இந்தப் பிரபஞ்சம் முழுவதும்
நிறைந்திருப்பவனைப்போல
என் பார்வைக்குப் படுகிறேன்.

20.09.90

தோராயம்

சில என்கிற வார்த்தைப் பிரயோகம்
தெரிய வருவதற்குமுன் எதையும்
குறிப்பிடுவதற்கு
எண்களைத்தான் உபயோகித்து கொண்டிருந்தேன்
எனக்கு எழுதியவர்கள்
உங்களுடைய சில என்று எழுதியதைப்
பார்த்துவிட்டு நானும்
என்னுடைய சில என்று எழுத
ஆரம்பித்துவிட்டேன் எண்களுக்குப் பதில்
கிளர்ச்சியூட்டக்கூடிய
இப்படி எழுதும் மரபை முதலில் யார்
துவக்கிவைத்தார் தெரியவில்லை.

20.09.90
விருட்சம்

சகமுகம்

பக்கத்து இருக்கைக்காரர்
ஐந்து நிமிடத்திற்கொருமுறை
பரமாத்மா பரமாத்மா என்று விசும்பிக்
கொண்டிருந்தார் மேற்கொண்டு
ஏதாவது
சொல்லுவாரென்று எதிர்பார்த்தேன்
சொல்லாமல்
நிறுத்தம் வந்ததும் இறங்கிப்
போய்விட்டார்
எந்தக் கவலையின் ஈற்றடி
பரமாத்மா என்பதில் முடிகிறதென்று
யோசித்து மண்டையை
உடைத்துக்கொள்கிறேன்.

20.09.90

பெய்

மழை என்றாள் இன்னொருத்தி
ஆமாம் என்றாள் இவள்
எனவே என்மீதும்
ஒரு துளி
விழுந்தது.

18.10.90

ஜாடை

குழந்தை அம்மாவின் குரலில்
பேசுவதைப் போல் இருந்தது
அம்மாதான்
குழந்தையுடன் பேசிக்கொண்டிருந்தாள்.

07.12.90
முன்றில்

வயிறு

தாயும் பிள்ளையுமானாலும் என்றேதோ
காதில் விழுந்தது அதற்குள்
வாசலைக் கடந்துவிட்டேன்
தொடர்ந்து கேட்கவில்லை வாசலில்
நூலைக் கவனமாக ஊசியில்
கோத்துக்கொண்டிருந்தாள் அவள்
தானோ யாரோ தெரியவில்லை.

13.02.91
காலச்சுவடு

எல்லை

திருட்டுப் பூனை பிடிபட்டுவிட்ட
தென் நெடுநாளாசை பலிக்க
தரையை நகத்தால் பிறாண்டிக்கொண்டு
சோக பாவத்துடன் இப்படி
ஆகிவிட்டதேயென்கிற மாதிரியென்னை
முறைத்துப் பார்த்துக்கொண்
டிருக்கிறது
பாலைக் கவிழ்த்துச்
சோற்றைத் திருடி எத்திப்
பிழைத்துக்கொண்டிருந்த திருடனை
வசமாக மூலையில் வைத்து
மடக்கிவிட்ட பெருமிதம் நெஞ்சை
நிறைக்கிறது குதித்து
வந்த ஜன்னலை அடைத்து
வாசல் கதவைத் தாளிட்டுச் சமைய
லறைத் தடுப்பையும் மறைத்து
விட்டபின் இப்போது நடு அறையில்
நானும் திருட்டுப்
பூனையும்
நேருக்கு நேராகப் பார்த்தபடி
நின்றுகொண்டிருக்கிறோம்.

22.02.91

ஒரு

மைதானம்

வேலிக்கு வெளியே பந்தை
உதைத்து ஆட்டம் நின்றவன் கையைப்
பிசைந்தபடி பார்த்துக்கொண்டிருக்கிறான்
வேடிக்கை பார்த்தவன் காட்சியை
மாற்றி ஒரு தடவை பந்தை
உள்ளே உதைத்து ஆடி முடிக்கிறான்.

22.02.91
மீட்சி

புள்ளி

காலையில் வந்து பார்க்கும்படி சொன்
னவரைப் போய்ப் பார்த்தான்
பாதி சவரத்தில் கையில் கத்தி
யுடன் வெளியே வந்தார்
கண்களில் திடுக்கிடல் தெரிந்தது
குளியல் வேறு
பாக்கி இருந்ததா மஹா
பாதகம் செய்துவிட்டவனைப்போல
உடல் நடுங்கி வியர்த்து
நின்றவனைத் தோளில் தட்டி மெல்லப் பரவா
யில்லை போகட்டும் மதியத்துக்கு
மேல் வா
வென்றார் மற்றபடி
காலை என்பதில் தன்னுடன் அவருக்குக்
கருத்துப் பேதம் ஏதுமில்லை
யென உறுதியாகத் தெரிந்து
கொண்டு இருப்பிடம் திரும்பினான்.

22.02.91

ஒரு

அமைதிப் பூங்கா

மாலை நேரங்களில் அமைதியைத் தேடிப்
பூங்காவிற்கு வருகின்றவர்கள் பெருகிவிட்டார்கள்
அது இப்போது fashion ஆகிவிட்டது
மரஞ்செடி கொடிகளுக்கென்று தனியாக ஒரு இடம்
ஒதுக்கி அவை இருந்த இடத்தைப்
பிடுங்கிக்கொண்டு ஆஸ்பத்திரி நோயாளியைப்
பார்க்க வருவதைப்போல வாரம் ஒ
ரிரண்டு தடவைகள் வந்துவிட்டுப் போகும்
பழக்கம் மிகுந்துவிட்டது காடுகளுக்குள்
வீடு கட்டிக்கொண்டிருந்த மனிதன்
சுவர்களுக்குள் காடுகள் வளர்க்கக் கற்றுக்
கொண்டுவிட்டான் புல் பூண்டுகளுக்
கிடையில் தன் அமைதியைத் தேடியலைந்து
கொண்டிருக்குமவன் தன் ஆதிக்
காலத்தை நோக்கித் திரும்பப் போய்க்கொண்
டிருக்கிறான் ஆனால் மோட்சத்திற்கு
வழி சொல்வதாகச் சொல்லிக்கொண்டு தோன்றிய
எந்த மதங்களைப் போலவும் அவற்றுக்
கெதிரான இயக்கங்களைப் போலவும்
விஞ்ஞானத்தைப் போலவும் பூங்காவுமே
இப்போது நெரிசலுக்குள் தன் அமைதியைத்
தேடியலைவதாக ஆகிவிட்டது இடப்
பக்கச் சுவர் இடித்து விஸ்தரித்துக்
கொண்டிருக்கும் பரப்பில் விரியப் போகும்
அதன் புதுப்புதுச் செடிகளும் பூக்களும் பின்பு
ஒருநாள் வருபவர்களை அமைதி அமைதி என்று
அமைதிப்படுத்திக்கொண்டிருக்கலாம் நிம்மதியை
விச்ராந்தியை தனிமையை மௌனத்தைத் தேடிப்
பூங்காக்களும் பூங்காக்களைத் தேடித் தினம்
அங்கு வருபவர்களும் என்றும் ஒருவரை
யொருவர் துரத்தியபடி ஓடிக்கொண்டேயிருக்கிறார்கள்.

02.03.91
மீட்சி

சொன்னது

"பைசாவுக்குப் பிரயோஜனமில்லாமல்
ஒரு புத்தகம்
பைசாவுக்குப் பிரயோஜனமில்லாமல்
ஒரு எழுத்து
பைசாவுக்குப் பிரயோஜனமில்லாமல்
ஒரு *Friendship*".
— அப்பா

"காபி டம்ளரை அலம்பி
வெச்சுண்டே இருக்கேன்
பின்னும் திரும்பிப் பார்க்கறேன்
ஒரு டம்ளர் இருந்துண்டேயிருக்கு".
— அம்மா

07.03.91

சுட்டு

அதோ அவன் என்றேன்
அதோ அவர்கள் என்றார்
அவர்களில் ஒருவனாக
அவன் நின்றிருந்தான்

அவனைப் போல
இல்லை நானென்றேன்
இதைச் சொல்லித்தான்
அவனும் வருத்தப்பட்டுக்
கொண்டிருந்தானென்றார்.

நானுக்குக் கொஞ்சம் தெரியும்
நீக்குக் கொஞ்சம் தெரியும்
நாமென்பவனுக்குத் தெரியும்
இதைவிட அதிகம்.

அவன் பெயர் இப்படி
ஊர் சிரிக்கும்படி ஆகிவிட்டதே
என்று வருத்தப்பட்டுக்கொண்டார்
எனக்கும் வருத்தமாய்த்
தானிருந்தது.

08.03.91
மீட்சி

சுயசரிதம்

என் கதையை வேறு யாரும் எழுதிக்
கிழிக்கும்முன் அதை நானே எழுதிவிட
வேண்டும் என்னைப் பற்றின தவறான
யூகங்களுக்கு ஒருபோதும் நான் இடம் தரக்
கூடாதென்பதில் உறுதியாயிருக்கிறேன் சுய
சரிதைகளின் நீள அகலங்கள்
பற்றி எனக்கு எதுவும் தெரியாது என்
வாழ்க்கைச் செய்தி உனக்கு என்ன சொல்ல
வேண்டும் மேலும் அதில் என்னென்ன
சொல்லப்படாதிருக்க வேண்டும் என்பது
பற்றியும் எப்படித் தெரிந்துகொள்வது ஆயினும்
நான் எழுதியாக வேண்டும் என்னைப்
பற்றி எழுத இதைவிட்டால் வேறு
சந்தர்ப்பம் கிடைக்குமோ கிடைக்காதோ
நடுக்கடலில் தன்னந்தனியனாகக் கழுகுகளுடனும்
திமிங்கிலங்களுடனும் குள்ளன்களுடனும்
வீர சாகசமும் தினமொரு அனுபவமுமாக
இருப்பவன் தன் வரலாறு போன்ற சாகசங்கள்
எதுவும் இல்லாத என் சுயபுராணத்தை
என்னைப் பற்றி எழுத இருக்கிறவன்
மேலுள்ள பயத்தில் நான் எழுதுவேன்
எழுதுவேன் என் நண்பர்களைப் பற்றி எனக்கு
உதவி செய்தவர்கள் பற்றி எனக்கு
விரோதிகள் கிடையாது மற்றவர்கள்
என் பொருட்டுச் சம்பாதித்துக்கொண்ட
அவர்களின் எதிரிகள் பற்றியும் ஆகவே எழுதுவேன்
என்னைப் பெற்றவள் வளர்த்தவன் கூட
இருந்தவன் கட்டிக்கொண்டு கூட்டி வந்தவள்

என் கவிதைகளைப்
படித்து வெளியிட்டவன் எனக்குப் பிறந்தவனென்று
பலபேர் இருக்கிறார்கள் உலகின் காகிதங்கள்
யாவும் தீரும்வரையிலும் என் பேனாவின்
மையுலர்ந்துபோகும்வேரையிலும் கண்
மங்கிக் கைநடுங்கும்வரையிலும் நான் எழுதுவேன்
நீ படிப்பாய் இவர்களைப் பற்றி நீ
தெரிந்துகொள்ள வேண்டுமென்கிற ஆசை
எதுவும் எனக்கில்லை ஆனால் இவர்களைப்
பற்றின என் சொற்சித்திரம் வெற்றிகரமான என்
சுயசரிதையாகக் கச்சிதமாக அமைந்துவிடும்.

08.03.91
மீட்சி

கவனம்

வேலை பாழாகிறதென்று
இடுப்பிலிருந்தவனை என்
கைக்கு மாற்றிவிட்டுப்
போய்விட்டாள்
அடுப்பை மறந்து
கையிலிருக்கும்
பேனாவை எடுக்கத்
தாவுகிறான்
கவிதை போனால்
கிடைக்கா
தென்று மெதுவாக
லுலுலுலு பாடிக்
கீழே விட்டுவிட்டுக்
கவிதையைத் தொடர்கிறேன்
பேனாவை மறந்துபோய்
மேலே தொங்கும்
மின்விசிறியைக் கிலுகிலுப்பை
யென்று அதை
எடுத்துத் தர வேறு
யாரையோ
கூப்பிட்டுக்கொண்டிருக்கிறான்.

08.03.91
கனவு

யாரோ நான்

தெரு முச்சந்தியில்
நின்று நாலுபேர் பார்க்க
யாரையோ திட்டித்
தீர்த்துக்கொண்டிருக்கிறான்
புழுதிவாரித் தூற்றிக்கொண்டிருக்கிறான்
என்னை இல்லை என்னைக்
கடந்துபோய்க்கொண்டிருந்தவரையும்
பார்த்து இல்லை
ஓரமாக நின்று வேடிக்கை
பார்க்கிறவர்கள் அவர்கள்
யாரும் அவன்
கண்களுக்குத் தெரிந்ததாகத்
தெரியவில்லை யாரையோ
சபித்துத் தன் கழுத்து
நரம்பு தெறிக்கத் தொண்டை
கிழிய அவன் போடும் சத்தம்
அது
அங்கே இல்லாத என்னைத்
தொந்தரவு செய்கிறது.

20.03.91
நிகழ்

நித்யாவும் நானும் கூட ஒரு பூச்சியும்

கழிப்பறைக் கதவைப் பூச்சி அரிக்கிறது அதன்
கர்க் கர்க் சத்தம் இடைவிடாமல்
இரவும் பகலும்
கேட்டுக்கொண்டேயிருக்கிறது படித்த
சரித்திரப் புத்தகம் நினைவிற்கு வரும்படி
நெடிதுயர்ந்த கதவோ வெண்ணிறப்
பிடி துகளாகக் கீழே
உதிர்ந்துகொண்டேயிருக்கிறது
மட்டமான மரமென்றால் அதைப்
பூச்சியரிக்காம
லென்ன செய்யும் என்கிறாள் இவள்
நித்யாவின் அமோக ஆதரவுடன் அது தன்
வேலையைத் தொடர்ந்து
செய்துகொண்டிருக்கிறது விடாமல்
ஒரு வாரம் மருந்து தெளித்தால் தொல்லை
தொலைந்து போகுமென்கிறேன்
மருந்துக்கெல்லாம் மசியாதவை இவ்
வகைப்பட்ட ஜந்துக்கள்
என்கிறாள் ஆத்திரம் ஒரு
பூச்சியாய் நெஞ்சை அரிக்கிறது
பேசாமல் கதவைக்
கழற்றி வைத்துவிடலாம் குறைந்த பட்சம் இந்தப்
பிரச்சினையாவது தொலைந்து
போகும் ஆனால் பதில் சொல்லாமல்
சிரித்துக்கொண்டே உள்ளே போய்விட்டாள்
பூச்சியும் அவளுடன்
கட்சி கட்டிக்கொண்டு காதருகே
கர்க் கர்க் என்று சிரிக்கிறது.

29.03.91
காலச்சுவடு

சாவைப் பற்றிச் சரியாகச் சொல்லும் ஒரு கவிதை

சாவைப் பற்றின கவிதைகள்
சாவைப் போலவே மிக
அயர்ச்சியை உண்டுபண்ணிவிடுகின்றன
எத்தனை சாவு நிகழ்ந்ததோ கிட்டத்தட்ட
அத்தனை கவிதைகள் எழுதப்பட்டுவிட்டன
குருடன் யானையைப் பார்த்த கதையாக
விடுதலையென்றும் கனவென்றும் இருட்டென்றும்
ஒளியென்றும் பின்
அதுதான் உயிர்ப்பென்றும்
பலபேர் எழுதிவிட்ட பின்னும் சாவின்
வரைபடத்தைத் துல்லியமாகத் தர
யாராலும் முடியவில்லையே
செத்துத் தொலைந்தால் தேவலையென்றிருக்கும்
ஒரு கணத்தைப்பற்றி ஆரம்பிப்பவன்
பின் அதுதான் சாவென்று எழுதி
முடித்துவிடுகிறான்
சாவோ
எழுத்தையும் எழுதியவனையும் ஏமாற்றிவிட்டுத்
தப்பித்துக்கொண்டிருக்கிறது
சாதல் இனிதென்றான் ஒருவன்
கவிதானுபவம் கிடைக்குமென்று யாரும் அதற்காக
உயிரை விட முடிந்ததா அதைப்பற்றி எழுத
வேண்டுமானால்
இரண்டு தடவை செத்துப்போ என்றான் வேறொருவன்
சாவுக்குள் நுழைந்தவன்
கவிதைக்குள் திரும்ப முடியுமா ஆனால்
சாவைப் பற்றின பட்டுத் தெறிக்கும்

ஒரு துல்லியமான கவிதை அதை
அழித்துவிடுமென்று உறுதியாகச் சொல்லலாம்
எதுவும் சாத்தியமாகும் இன்று
இதுவும் சாத்தியமாக வேண்டியிருக்கிறது
அப்படிப்பட்ட ஒரு கவிதைக்குப் பின்
உலகில் இதுவரை
எழுதப்பட்ட கவிதைகளும் இனி எழுதப்
படப் போகிற கவிதைகளும்கூட
ஆஹா நாம் சொல்ல வேண்டியதை
இது சொல்லிவிட்டது
தீர்ந்தது நம் பிறவிப்பயனென்று தாங்களே
தங்களை மாய்த்துக்கொண்டுவிடக் கூடும்
கவிதைதான் சாவோ.

07.04.91
நிகழ்

எட்டிப் பார்க்கும் கடவுள்

தூக்கத்தில் சிரிக்கும் குழந்தையவன் கனவில் சுவாமி
வேடிக்கை காட்டி விளை
யாடுகிறார் என்கிறாள் இவள் நீயும்
கன்னங்குழி
விழ இப்படித்தான் சிரித்
தாயென்கிறாள் அம்மா
ஒவ்வொரு வயதில் ஒவ்வொரு விதமாய்க் கனவுகள்
எனக்கு வேடிக்கை காட்டியதை
நினைத்துப் பார்க்கிறேன் பம்பரங்கள்
கோலி சினிமா
நடிகைகள் படித்து முடித்து
விட்டு வெட்டிப்
பொழுது போக்கிக்கொண்டிருந்தேனப்போது
வேலை விளம்பரங்கள் பக்கத்து
வீட்டுப் பெண் பெண்
பார்த்துவிட்டு வந்த புதிதில் இவள்
இவன் இன்னும்
பீரோ வீடு கட்டில் தனிக்குடித்தனம்
டிவி புத்தகம் புத்தகத்தில்
என் பெயர்
என்றிப்படி எத்தனையோ
விஷயங்கள் எத்தனையோ
இரவுகள் என்னைத் தூங்கவொட்டாமல் என்
உடன் சிரித்துப்
பேசி விளை
யாடிக்கொண்டிருந்திருக்கின்றன
அவற்றையெல்லாம் ஸ்தூல உருவில்
அணுகும்போது அவை கனவில்

கண்டபடி நம்முடன் சுமுகமாக சிரித்துப்
பேசுவ
தில்லையென்பதுவும் பல
சமயங்களில் மண்டையில்
பட்டு உறைத்திருக்கிறது
ஆரம்பத்தில் கனவுகளைத்
துவக்கி எனக்கு வேடிக்கை காட்டி
விட்டுப் பட்டுக்
கொள்ளாமல் போய்விட்ட நானும்
அப்புறம் மறந்துவிட்ட கடவுள்
இப்போ
தென் மகன் கனவில் மறுபடி வந்து எட்டிப்
பார்க்கிறார்
என்கிறாள் இவள்
அவருடைய புத்திசாலித்தனத்தை
வியக்காமல் இருக்க முடியவில்லை.

05.05.91
கணையாழி

சுழல்

குழந்தை அழுகிறான்
நித்யா சபிக்கிறாள்
நான் புத்தகம் படித்துக்கொண்டிருக்கிறேன்
நிற்கும்போதும்
வெளியில் நடக்கும்போதும்
சாப்பிடும்போதும் படித்தும்
அலமாரி நிறைய புத்தகங்கள்
படிக்கப் படிக்கத் தீருவதாயில்லை
குழந்தை அழுகிறான்
இந்தப்
புத்தகங்களை எழுதி உங்கள்
தலையில் கட்டிவிட்ட புண்ணியவான் உங்களுக்காக
ஒரு துரும்பை எடுத்து
அப்பால் போடுவானா என்கிறாள் நித்யா
எனக்குப் பதிலாக
யோசிப்பவனைக் கௌரவிப்பது என்
கடமையென்று
என் துரும்பு காற்றில் ஊசலாட
குழந்தை வீறிடப்
புத்தகம் படித்துக்கொண்டிருக்கிறேன்
என்முன் வந்து
விழுந்துகொண்டேயிருக்கின்றன
புத்தகங்கள்.

31.05.91

உள்முகம்

தேடிச் சென்ற நண்பர்
வீட்டில் இல்லை வெளியே
போயிருக்கிறாரென்று சொல்லிக்
கதவைச் சாத்திவிட்டார்கள்
இத்தனை முகங்களாய்க்
கிளை பிரிந்து
என்னைச் சுற்றி மிதந்துகொண்டிருக்கும்
எனக்குத் தெரிந்த
ஒரே
ஒரு
முகம்
எங்கும் காணக் கிடைத்திலேன்.

08.06.91

அதீதம்

நட்ட நடு இரவில் புழுக்கம் இப்படித்
தீயாய்த் தகிக்கிறதே என்கிறேன்
கோடைக்காலமென்றால்
அப்படித்தான் இருக்கும் என்கிறாய்
பட்டப்பகலில் மேகம் கவிந்து
மழை படுத்துகிறதே என்கிறேன்
மழைக்காலமென்றால்
இப்படித்தான் இருக்கும் என்கிறாய்
நேரங்காலமில்லாமல் இதென்ன
அழுகை என்கிறேன்
குழந்தையென்றால் வேறு எப்படி
இருக்கும் என்கிறாய்
எனக்கென்னவோ எல்லாமே
அதீதமாய்ப் படுகிறது
வாழ்க்கையும் உங்கள்
கவிதையும்கூட அஃதல்லாமல்
வேறென்ன என்கிறாய்.

08.06.91
கணையாழி

நண்பனுக்கு வழி

நிலவில் ஒரு இலையின்
மந்தமான ஜொலிப்பைப்போல
விழித்துக்கொண்டிருக்கும்
என் நகரம்
பின்னிரவில் நீ வரும் நேரம்
ஓரிலையின்
கிளை நரம்பாய் உன்னிலிருந்து
பிரிந்தெங்கும்
இறைந்து கிடக்கும் பாதை
காவலாய் நியான்கள்
உனக்கான கட்டியத்தைத்
தொடர்ந்து வாசித்தபடி
இருளில்
ஒரு இலையின்
கரும்படிமனுக்குள் உனக்கான
நடு நரம்பொன்று
பளிச்சென ஓடும் நுனிவரை
உன் பாதையில்
நேராகச் செல்லும்படி
தடக் காற்று சொல்லிப் போகும்
அதிகம் கேட்காத
சலசலப்பாய்
இயக்கமற்று எங்கும்
தேங்கிப் போயிருக்கும்
உறக்கங்களுக்கடியிலிருந்து
உனக்கான விசாரிப்புகள்
தொடர்ந்து வரும்
பதில் கொடு
வரிசையின் முடிவிலொரு
மோனம்போல உனக்காகக்
காத்துக்கொண்டிருக்கும் ஓரிலையின்
நுனி உதறப்போகும்
பனித்துளிபோல
என் வீடு.

22.06.91
கணையாழி

இலக்கு

பத்தடிக்கு இரண்டடி
முயங்கி மூச்சுவிடு நின்று
பசியாற விடுதியில்
காபி பலகாரம் சாப்பிட்டுவிட்டு
விட்டுவிட்டு மேலும்
பத்தடி ஊர்ந்து அதற்குள்
இன்னும் மூச்சிரைக்க
உன்னால்
ஒரே பாய்ச்சலில் அடைய
முடியாத உன்
இலக்கை நோக்கி
என்ன விஷயமாகப் போகிறாய் என்றால்
மாபெரும் இளைப்பாறுதல் வேண்டி
யென்கிறாய் என் சொல்வேன்.

22.06.91
காலச்சுவடு

நெடுஞ்சாலை உபத்திரவம்

பாதைகளாக என்முன் நொறுங்கிக்
கிடக்கிறதே சாலை ஊர்களாகத்
தேங்கித் தெருவாகச்
சுருங்கியென் வீடாக முட்டிக்கொண்டு
நிற்கப்போகிறது கதவைத்
திறக்கும்போது எனக்குமுன்
உள்ளே புகுந்து அடைத்துக்கொள்ளும் அதை
ஒதுக்க முடியுமா
வீட்டு வராந்தாவெங்கும் உன்
கால்களின்கீழ் நெளிவது தேசிய
நெடுஞ்சாலைதா னென்றால் இவளுக்குப்
புரியுமா பயந்துபோய்க்
கத்தி ஊரைக்கூட்டிவிடுவாள் வீட்டுக்கு
அப்பாலும் பாதை
உண்டென்று நான் சொல்லிக் கதறினாலும்
அந்தக் கூட்டத்தில் நம்புபவன்
ஒருவனாவது இருப்பானா எந்தப் பாதையும்
இப்படி முடியத்தானே துவங்குகிறது
என்று என்னை
நானே தேற்றிக்கொள்ளலாம்
என் பங்கிற்குக் கிடைத்த சாலைத் துண்டு
இஃதென்று அதை
மேசை நாற்காலியாக கதவு கட்டிலாக
மடக்கிப் பாயை விரித்துப் படுத்துவிடலாம்
கண்களை இறுக மூடிக்கொண்டுவிடலாம்
சிவப்பு விளக்கின் உறுத்தல்
தொலையுமா எச்சரிக்கை ஒலி
பூம்பூமென்று காதைச் செவிடாக்குமே
உன் நெடுஞ்சாலை இத்துடன் முடிந்ததென்று
கிளைத் திருப்பத்தில் என்னை இறக்கிவிட்டு
விட்டுப் போய்விட்டவரே
இப்படி நின்றுகொள்ளவா சொல்லும் இங்கே என்
பயணம் முடிந்ததென்று.

22.06.91
கணையாழி

கவசம்

வெளியெங்கும் கொட்டிக் கிடக்குமிவ்
வொளி அதன் துளி
வெளிச்சம் வீட்டினுள்ளும் மேவ
வீசும் காற்றின் பாய்ச்சல்
நீளத் துணிகளை வீசி விளையாட
விரியத் திறந்த கூடத்தினுள்
பரவித் திரியும் ஒளி வாழ்க காற்றுத் தேவன்
வாழ்கவென்று வாழி பாடுகிறேன்
இரவினிருள் வெளியே கவிந்துகிடக்கும்
போது திரியைத் தூண்டி
விளக்கையேற்றிக் காற்றின்
குறும்பை அப்புறத் தள்ளி மூடிக்
கிடக்கும் அறையினுள்
இருள் கொடிது திரி வாழ்க அகல் வாழ்க
எண்ணெய்யும் பாயும் என்
தூக்கமும் வாழ்க வாழ்கவென்று
நீட்டி நிமிர்கிறேன்
உள்ளும் புறமும் ஒருங்கேயிலங்கவென்று
கதவை நடுப்புற நிறுத்தி.

06.07.91
நிகழ்

நண்பன்

நடக்கும்போது முகங்களைக் கவனிக்கும்
பழக்கம் எனக்கில்லை
நடந்துபோகும் வயற்பாதையிலும்
தெரிந்த முகங்கள்
அடிக்கடி தென்படுவதில்லை
முகங்கள் பிரதிபலிப்பை வேண்டுபவை
என்பது என் நினைப்பு அதற்கு
நான் லாயக்கில்லை என்பது
உப நினைப்பு
புத்தகத்தினுள் தலையைப் புதைத்துக்கொண்டு
நடக்கும் கனவான் எங்கேனும்
மரத்தில் மோதியோ
பள்ளத்தில் விழுந்தோ அடிபட்டுச்
சாகத்தான் என்ற குரல்கள் கடந்து
போவதைக் கேட்பதுண்டு
பார்த்ததில்லை
முகங்களைக் கவனிக்கும் பழக்கம் எனக்கில்லை
எப்போதாவது
மாடுகள் சகிதம் எதிர்ப்படும்
வரப்போரம் வழி ஒதுக்கி அடங்கும்
கலப்பைக்காரன்மேல்
பார்வை இடறுவதுண்டு
அப்போதெல்லாம்
காளைகளை இரைந்தபடி செல்லும்
தன் வழியில்
அவனும் கவனமாயிருக்கிறான்.

10.08.91
நிகழ்

ஆகஸ்ட் பதினைந்து

எதுவும்
ஒரு நல்ல கவிதையாக
எழுதப்பட வேண்டும்
ஒரு நல்ல கவிதையாக
நடந்து முடிய வேண்டும்
ஒரு
நல்ல
கவிதையாகவே
பிறந்து செழிக்க வேண்டும்
என் மண்ணில்.

18.08.91
காலச்சுவடு

நாடோடி

(சார்லி சாப்ளினின் கதாபாத்திரம்)

இருக்க லாயக்கற்றவன் அவன் நடை
யுடை பாவனை என்னென்னவோ புராதன
மிருகங்களை உள்ளுக்குள்
தட்டி எழுப்புகின்றன என்னென்னவோ ஆனால்
மனிதனென்று நீ பிடித்துவைத்த மணல்
வீட்டிற்குள் சேராது உதிர்ந்த
துகளாக அவனோ ஒட்டாமல் அலைகிறான்
யாரையும்
தன்னையேகூட உபயோகிக்கத் தெரியாத
ஒருவனை எப்படி உயிர் வாழ அனுமதிப்பது
குருட்டுப் பெண்ணிடமும்
தற்கொலை செய்துகொள்ளப்போகும் கனவானிடமும்
ரோஜாப் பூவின் சிவப்பையும்
பறவைகளின் பாடல்களையும் பற்றிப் பேசும்
இங்கிதம் தெரியாத கோமாளி
பெரிய விழிகளை அகல விரித்துப் பேசும்
பெண்ணின் முன் நின்று கண்களில்
நீர் வழிய
பார்வை தெரிகிறதா என்று கேட்கிறான்
சிரிப்பாய்ச் சிரிக்கிறார்கள் அவர்கள் அவன்
துரத்தப்படுவதில் வியப்பென்ன
கழுதையும் காதலியும்
நாயும் நண்பனும்
வேடிக்கைதான்
அவன் நிற்கும் தெருமுனையில்

தினத்தாள் விற்கும்
சிறுவனுங்கூட அவனை
நிற்க இடமில்லாத விளிம்பில்
இன்னும் எப்படிச்
சாகாமல் திரும்பி வந்தான் அவன்
புழுப்போல் ஆச்சரியமாகயிருக்கிறது
எல்லையில் தன் கயிற்றின்மேல்
திறமையாகச் சமாளித்தபடி
குரங்குகள் ஊசலாடும் தன்
கைத்தடியுடன்.

03.09.91
சலனம்

பிரிவுபசாரம்

புறப்படும் நேரத்துப் பேச்சைப்
போல இனிப்பது வேறெதுவுமில்லை ஒத்திப்
போடப்பட்ட நெகிழ்வூட்டும்
பல விஷயங்கள் அதில் வெளிப்படும்
பேருந்தோ புகைவண்டியோ
எருமை மாடோ சீழ்க்கை ஒலித்து
எச்சரிக்க புறப்படும்
நேரம் முன் விரைய மணிக்கட்டைப்
பார்த்தபடி கைகளைப்
பிடித்துக்கொண்டு பேசும் பேச்சின்பம்
அதைச் சொல்ல ஒரு கவிதை போதாது
உடனிருப்பவன் ஆத்ம நண்பன் என்று
சொல்லிக்கொள்பவனாக இருந்துவிட்டாலோ
கேட்க வேண்டியதே இல்லை
அவன் வழியனுப்ப வந்தவன் என்று
இவனுக்கும் இவன் கண்டிப்பாகப்
புறப்பட்டுப் போய்விடுவான்
என்று அவனுக்கும்
உறுதியாகத் தெரிந்திருக்கட்டும்
புறப்படும் நேரத்துப் பேச்சுக்கு
இணை சொல்ல இன்னொன்று
கிடையாதென்று அடித்துச் சொல்வேன்.

10.09.91
குதிரைவீரன் பயணம்

சித்தன்

ஊருங்காலத்தின் பின்புறமிருந்த
கத்தி மீசைக்கும் கவிதையின் மென்மைக்கும்
ஏதும் சம்பந்தமில்லையென அதுபற்றிக்
கேட்கவேண்டுமென்றிருந்தோம் மேலும்
போதையில் மிதப்பவராமே
எப்போதும் ஆனால்
சந்திப்பு
கவிதைகளைப் பரிமாறிக்கொள்வதிலும்
பரஸ்பரம் புகழ்ந்து
கொள்வதிலும் கழிகிறது தவிரவும்
கத்திமீசை
கார்ல்மார்க்ஸ் தாடியாகப் பொங்கி வழிகிறது
நிதானத்தில் இல்லையென்றும்
பேசிக்கொண்டோம் என்பது
நினைவிருக்கிறது சென்னையில்
இருக்கிற மாதிரி
இருக்கிறதன் வேதனையென்று
எழுதியவர் என்
கையருகில்தான் இருந்தார்
முல்லா மொட்டையுடன் தாடி
இன்னும் நீள புளித்த நெடி
என்னுடன் பேசவில்லை
உற்றுக் கவனித்தால்
யாரையுமே பார்த்துக் குறிப்பாக
எதையுமே பேசவில்லை
மௌனத்தைக்
கலைக்க எனக்கும் மனமில்லை
கைவசமிருக்கும் கேள்விகள் பதில்களாகத்
தீர்வன தன்னால்
என்பது இன்னொரு காரணம்.

(விக்கிரமாதித்யனுக்கு)

18.09.91
மவ்னம்

அறிமுகம்

உன்னைப் பற்றித்தான்
சொல்லிக்கொண்டிருந்தார்
ஆஹா என்று
கேட்டுக்கொண்டிருந்தேன்
என்னைப் பற்றி உன்னிடமும்
நிறையச்
சொல்லியிருக்கிறாராமே அதை
ஓஹோ என்று கேட்டுக்
கொண்டிருந்தேன்
இரண்டுபேர் பேச்சுக்
கிடையில் இப்படி
யாராவது தெரியவந்துகொண்டிருக்கிறார்கள்.

20.09.91

ஈரம்

ஈட்டி மாதிரி நெஞ்சில்
பாய்ந்துவிட்டது சொல்
என்றான்
பிரமாதமான வேகம் ஒன்றும் இல்லை
ஆனாலும்
கண்ணீர் தளும்பிவிட்டது.

20.09.91
கணையாழி

கவனிக்கப்பட வேண்டிய கவிதை

எல்லோரையும்போலவேதான் எனக்கும்
கவிதை இல்லாத நாட்கள்
வாய்க்கின்றன அந்த
நாட்களில் பறவைகளும் நட்சத்திரங்களும்
அப்போதுதான் கண்ணில் படுவன
போல உயரே பறந்துகொண்டிருக்கும்
இவனைப் பகிரங்கமாகவும்
நித்யாவை ரகசியமாகவும் கொஞ்சிக்
கொண்டிருக்கலாம் ஒருவேளை
கையில் செத்துப்போன
கோப்புகளுடனும் அல்லது எங்கேனும்
சுற்றிக்கொண்டிருப்பேன்
எல்லாரையும்போலவே கவி
யெழுதத் தோன்றும் கணங்கள் எனக்கும்
அபூர்வம்தான்
மற்ற பொழுதுகளில் தொந்தரவு செய்யாமல்
என் கவிதை தள்ளி
ஒரு மூலையில் என்னை
உற்றுப்
பார்த்தபடி காத்துக்கொண்டிருக்கும்.

15.10.91
கணையாழி

சுதந்திரம்

நீ
நதி என்று சொன்னால்
கடல் நிரம்பி வழியவேண்டும்
கப்பல்கள் தொட முடியாத
தீவுகளே இருக்கக்கூடாது
சூரியனைப் பற்றி வாய் கிழிய
நாள் முழுவதும் பேசிக்கொண்டிருந்தாலும்
இரவு ஜெயித்துவிடுகிறதே
என்றிப்படி
இன்னும் எதையெதையோ பற்றிப்
பேசிக்கொண்டிருந்தாய்
கேட்டுக்கொண்டிருந்தேன்.

15.10.91
காலச்சுவடு

ஊர்ப் பிரதாபம்

இடம் பெயர்ந்து ஒரு குப்பை மேட்டில்
பிழைப்பு நடத்த வேண்டுமென்று
விதிக்கப்பட்டுவிட்ட பிறகு அந்த ஊரிலிருந்தா
வருகிறாய் என்று அடுத்தவன் விசாரிக்கும்
போதுதான் எவ்வளவு பெருமையாக இருக்கிறது
சாட்சாத் பரமேஸ்வரனே அடிமையாகக் கால்
பதித்துத் திருவிளையாடிய புண்ணியத் தலமல்லவா
என்று கசிந்து கண்ணீர் மல்க அவன்
என் காலைக் கண்ணில் ஒற்றிக்கொள்ளாத
குறையாக உருகி வழியும்போது எனக்கும் சொந்த
ஊரைவிட்டு ஏன் வந்தோம் என்று
ஆகிவிடுகிறது ஒரு திருவிழா கார்த்திகை
யென்றால்கூட அதை வந்த இடத்தில்
ஏனென்று இவள் குழந்தையையும் இடுக்கிக்
கொண்டு மூச்சிரைக்கப் பின்தொடர
அங்கே போய்க் கொண்டாடிவிட்டு வருவதில்
ஒரு திருப்தி
இனிமேல் இங்கேதான் புதைபடும்வரை
என்றான பிறகும்கூடச் சொந்த ஊர் ஞாபகம்
பெண்களைப் போலவே ஆண்களுக்கும்
பிறவிப் பிணியாக இருக்கக்கூடும்
தெரியவில்லை
பிழைப்புக்கு வழி செய்யாத மண்ணென்று
அதை வெறுத்து வெளியே பறக்கத் துடித்த
காலமெல்லாம் கண்முன்னே
நிழலாடுகிறது காலம் கடந்துவிட்டதே
என்று இப்போது நினைத்துப் பயனொன்றும்
இல்லைதான் கைலாசவாசிக்கே பிட்டுக்கு
மண் சுமந்தாவது பிழைக்க ஒரு இடம்
அவன் சொந்த ஊரில் வாய்க்காதபோது
சாதாரண நரன் நான் எந்த மூலைக்கு
பொல்லாத வலிய விதியின்முன்.

18.10.91
காலம்

நெரிசல்

குடிகாரனாயிருக்கட்டும்
ஸ்திரீலோலனாயிருக்கட்டும்
சாதுவாய்
சன்யாசியாயிருக்கட்டும்
யாரையும்
தடுக்காமல் கடந்து அப்பால் போக
முடியவில்லை.

22.10.91
காலச்சுவடு

தீபாவளித் துக்கம்

யாரோ ஒரு அசுரன் தன் திவசத்தை
ஒழிந்தான் என்று இனிப்புச் செய்து
விளக்கேற்றி சினிமாவுக்குப் போய் எல்லாரும்
ஆனந்தமாகக் கொண்டாடட்டும் என்று வரம்
கேட்டு வாங்கிக்கொண்டு செத்தான்
வரங்கள் எதுவும் தேவைப்படாத
பெரியவன் என்று தன்னைச் சொல்லிக்கொள்ளும்
இன்னொரு அசுரனுக்கோ
தன் ஆத்மா அடுத்தவன் கண்களுக்குத்
தெரிந்தாலும் தெரியாவிட்டாலும் தன் கண்களுக்குப்
புண்ணியாத்மாவாகவேதான் இன்னும்
தெரிந்துகொண்டிருக்கிறது அந்த அசுரன்
செத்து யுகங்கள் பல கடந்து
போய்விட்டன அவனைக் கொன்றவன்
இவனைக் கொல்லத் தன்னால் ஆகாதென்று
என்றோ விஷத்தைக் குடித்துவிட்டான்
அவனுக்கும் சேர்த்து வெடிகள்
வெடிவெடியென்று வெடிக்கின்றன புத்தாடைகள்
சரசரவென்று காலடியில் மிதிபடுகின்றன
கடைசிக் கெட்டவன் என்று ஒரு
இளிச்சவாயனை அடையாளம் காட்டும்
அறுதப் பழைய தீபாவளிகள் சலிக்கச் சலிக்க
ஆயிரம் பார்த்தாயிற்று காலண்டர் தாள்களைக்
கிழித்து வெடியாகச் சுருட்டி வெடித்துத்
தீர்த்தாயிற்று புதிய இரண்டாவது தீபாவளியைத்
துவக்கி அதை நீயும் நானும் கொண்டாட
இன்னொரு அசுரன் பிறக்கத்தான் வேண்டும்
தன்னால் கெடுதலும் விளையும் தன் காலின்கீழ்
மிதிபடும் எறும்புகளும் இருக்கின்றன என்று
ஒத்துக்கொண்டு உயிரை விட ஒரு பலியை
எங்கே எப்போது
யாருக்கு எதிராகக் கருத்தரிக்கப் போகிறாளோ
அவனையும் உன்னையும் என்னையும் பெற்றவள்.

22.10.91
காலம்

பிள்ளை விளையாட்டு

மற்றும்
வழி தவறி
உள்ளே நுழைந்துவிட்ட
ஒரு பட்டுப்பூச்சி
என் பிள்ளை துரத்தி விளையாட
திரைப்பூ
காலண்டர்
கண்ணாடி
முட்டை விளக்கு எதிலும்
நிலைக்க முடியாமல் தவித்து
தரை மூலையில் ஒட்டிக்கொண்டு
சிறகு துடிக்க
ஊர்ந்தபோது
பிஞ்சு விரல்கள் என்னும் சலுகையுடனேயே
அதைக் கொன்றான்.

31.10.91
கணையாழி

சிவாஜி கணேசன்

அப்பாவை எனக்கு ரொம்ப நாட்களாகத்
தெரியும் சிவாஜி போலிருக்கும் அப்பா
தெரிய வந்தது கொஞ்ச நாட்களாகத்தான்
எழுபதுகளில் தொலைத்துவிட்ட தன்
நிழலைப் பின்னும் தேடிக்
கொண்டிருக்கும் நடிகன்
இன்னும் தன்னிடம் உயிரோடு இருப்பதுபற்றித்
தலை கொள்ளாத பெருமை இருந்தது
அவருக்குப் பேச்சு நடையுடை
பாவனைகளில் ஒரு திரைப் பிம்பத்தைப்
பிரதிபலிப்பது சிறுபிள்ளைத்தனம் என்பது
என் அபிப்பிராயம்
மேலும் சிவாஜியே ப்ராண்டோவின் போலி
என்றால் நீ உன் புத்தகங்களின் போலி
நேற்று வந்தவள் என்னிடம் அச்சசலாக
அப்பாவைப் பார்க்க முடிகிறதேயென்று ஆச்சரியப்
படுகிறாள் என் தலைமுறை வேறு
என் திரைகளின் கதாநாயகன் வேறு என்று
சொல்லியும்கூட என் அசைவுகளில் அப்பா
வந்து உட்கார்ந்துகொள்வது
கண்களுக்குத் தப்பவில்லையென்கிறாள் அதில்
சிவாஜியின் சாயல்
ஆனால் இல்லையென்றும் உறுதியாக.

30.12.91
காலம்

வராத சாவு

நினைவு தெரிந்து ஒரு முப்பது வருடங்களில் எனக்கு
நெருங்கிய பந்து என்று சொல்லிக்
கொள்ளக்கூடிய எவருக்கும் மரணம் என்கிற
சிவலோகப் பிராப்தி சித்திக்கவில்லை இது தெரிந்தால்
அவர்கள் சந்தோஷப்படுவார்களோ
துக்கப்படுவார்களோ தெரியவில்லை எனக்கோ
ஆஹா இழந்தேனே என்று அழுது மண்டையை
உடைத்துக்கொள்ள வசதியாகக் கருங்கல்
பாவிய சாவு வீடு எதற்கும் போய்வந்த
அனுபவம் இன்னும் கிட்டவில்லை வாஸ்தவத்தில்
தினப்படி விரையும்போதும் தவழும்போதும்
பறக்கும்போதும்
பொட்டில் அடிபட்டு வீழும் மனிதப்பயிர்கள் ஆயிரங்
கோடியானாலும் அதற்காக மனம் வாடும்
சுபாவமும் ஏனோ கை வரவில்லை அந்தப் புல்லிலே
நானுமொரு புல்லென்று நாளை யாரும் பாடத்
தயாராயில்லாத பாட எஞ்சியிராத எனக்கான
ஒப்பாரிப் பாடலை என் வீரதீரப் பராக்கிரமங்களை
இட்டுக்கட்டி நானே தயாரித்துக்கொள்ளவே
எனக்கும் நேரம் சரியாய்
இருக்கிறது என் கண்ணீர் உலர்ந்துகொண்டிருக்கிறது
இரண்டு வயதில் தாத்தா செத்துப்
போனார் நான் கையில் வடையை வைத்துக்
கொண்டு குளிக்க முரண்டு பண்ணிச் சாவு வீட்டின்
துக்கத்தை இன்னும் அதிகப்படுத்திக்கொண்
டிருந்ததாக அம்மா நினைவுகூர்கிறாள் பாட்டி
பின்னால் செத்தபோது – நூற்றிரண்டு வயதில் – அது
வயதான நிறை சாவு என்று சிலபேரும்

தாத்தாவுடனே போய்விட்ட பாட்டியின் ஆத்மாவிற்கு
இது வெறும் சடங்கு என்று சிலபேரும் ஆக
யாரும் அதுபற்றி அதிகம் அலட்டிக்
கொள்ளவில்லை ஆனால் சாவு ஒரு அசம்பாவிதம்
அபசகுனம் என்று சம்பிரதாயத்திற்காகவேனும்
நம்பும் தமிழ் பிராமணக் குடும்பத்தில் இத்தனை
வருடங்களில் சாவுக்குத் தப்பிய எத்தனையோ நல்ல
சுபகாரியங்களை நடத்தி முடித்திருக்கலாமே
யென்று இப்போது நினைத்துக்கொள்கிறேன்
வியாபாரத்தில் திருப்புமுனையென்று நண்பன்
நெருங்கி வந்தபோது வயிற்றில்
கட்டியென்று ஆபரேஷன் தியேட்டர் வாசலில்
அம்மா கையைப் பிடித்துக்கொண்டுவிட்டாள்
வெளிநாட்டுப் படிப்புச் சித்தித்தபோது திருடன் யாரோ
மண்டையில் போட்ட போடில் நானே
இப்பவோ அப்பவோ என்று கடைசி நேரத்தில்
எங்கேயோ அனாதையாய்ப் போய்ச்
சேருவானெனென்று கட்டில் காலைக் கெட்டியாகப்
பிடித்துக்கொண்டு கிடந்தேன் பற்றெலாமறுத்து
சிவசிவாவென்று சேத்ராடனம் செய்ய
வசதியாக சொகுசுப் பேருந்து வாசலில் காத்துக்
கிடந்தது கொஞ்சநாள் ஏனோ போகவில்லை
நாளையே சாவு நிச்சயமென்று அது
தன்னை நெருங்காவண்ணம் உலகமே
வேலியாகத் தன்னைச் சுற்றிக் கைக்கோத்துக்
காக்க காக்கவென்று அல்லற்படும் கீழை மண்ணில்
நேரங்காலமென்று ஒரு ஒழுங்குமுறையில்லாத
சாவை நம்பி எத்தனையெத்தனை முகூர்த்தங்கள்
வீணாகிவிட்டதென்று இப்போது கணக்கெடுத்துப்
பார்த்துப் பெருமூச்சுவிட்டுக்கொண்டு
என் காலம் நகர்கிறது.

03.01.92
இந்தியா டுடே

மதுரைக் கோவில்

கோவில் வாசலில் கோபுரத்தின்
கீழொரு மேடைபோட்டு நேற்று எதையோ
எவனோ பேசிச் சென்றான் அதற்கு முன்தினமும்
வேறொருவன்
வேறொன்றைக் கூறிச் சென்றான்
ஆகப் பழைய கோபுரம் வார்த்தைக்
கொரு செங்கல்லென்றாலும் இந்நேரம்
இடுப்புயரமாகியிருக்க வேண்டும்
சொல்லுக்கொரு
காரையென்றாலும் குப்பை
மேடாகியிருக்க வேண்டும் இதை நானும்
நீயும் பேசிக்கொள்வதுபோல நாளை
நீயும்
அவனுமோ யார் கண்டது
என்ன ஏதென்று பேச்சு விளங்கிக்
கொள்ளத் தொலையாத உயரத்தில் இன்னும்
கோபுரம் எத்தனை
யுகாந்திரங்களுக்குச்
சிலைசிலையாக விழித்துக்கொண்டிருக்கச்
சபிக்கப்பட்டிருக்கிறதோ பாவம்.

14.03.92
விருட்சம்

படிக்கத் தேவையில்லாத கடிதம்

நேற்றும்
நித்யாவிடமிருந்து வந்த கடிதத்தில்
(என் கடிதத்திற்குப் பதில்)
பத்தி பத்தியாக வார்த்தைகள்
என் மனதிலிருப்பதும்
வார்த்தைகளாகவே
துளியூண்டு காகிதத்தில்
நாலுவரிக் கிறுக்கல்
எப்படிப் போறும் - நித்யா
பிரித்ததும் எழுதியவன்
யாரென்று
கையெழுத்தைத் தேடச் சொன்னவன்*
மேலும் சொன்னான்
உனக்கு அது சொல்லும்
நான் உனக்குச் சொல்ல
நினைத்ததை
பின்
எழுதியிருக்கும் விஷயங்கள்
உனக்கும் எனக்கும்
அனாவசியம்
என் பதில்
வார்த்தைகளற்ற ஒரு நிலை
சூழல் கரைந்த
மௌனம்
ஒரு தூர லட்சியம்
வார்த்தைகளைக் கடந்துசெல்ல
வேண்டிய நியதி இருந்து படுத்துகிறதே
என்று இப்படி.

25.06.92
முன்றில்

* தஸ்தாயெவ்ஸ்கி

ஜோலி

எதிர்த்திசையில் கடந்து
போய்க்கொண்
டிருப்பவனுக்கும் இருக்கிறது
அவசரமாகச் செய்து
முடிப்பதற்கென்று
ஒரு ஜோலி.

25.06.92
கணையாழி

ஊரல்

அவரிடம் பேசிக்கொண்டிருந்தபோது
சொன்னான் சில சமயம் முழங்கை
அடிப்புறத்தில் பூச்சி ஊர்வதைப்
போல ஓர் உணர்வு இன்னொரு சமயம்
எதையோ பறிகொடுத்த துக்கம்
காரணம் புரியாமல் இது சிலவேளை ஒரு
நாள் முழுக்கக்கூட நீடிப்பதாக
இது உடல்கோளாறு அது மனக்
கோளாறு என்றவர் சொன்னார் இரண்டையுமே
குணப்படுத்திவிடலாம்
சொன்னதை வைத்துக்கொண்டு
கேட்பதாக ஊகித்துக்கொள்பவர்கள்
பெரும்பாலும்
உறுத்தல்களைத் தவிர்த்துவிடுகிறார்க
ளென்று இவன் நினைத்துக்கொண்டான்.

25.06.92

கடையம் நினைவு

மகாகவிஞன் வாழ்ந்த வீடென்று போய்ப்
பார்க்க முன்வாசலில் அதைச்
சண்டையிட்டு ஆர்ஜிதம் செய்துகொண்டவர்
சச்சரவுகளின்மேல் காலப்பாம்பு சுருண்டு
படுத்திருக்கக் கண்டது
ஊர் விலகி அவனுக்குக் கவிதைகள்
கொடுத்த கோவிலென்று அதை
நம்பலாமென்பதுபோலச் சூழ்ந்த
மரங்களும் பாறையும் வயல்வெளியும்
அறுதப் பழசான வானமும் நாக்கைத்
துருத்திக்கொண்டிருக்கும் உக்கிரக் காளி
யவள் காலின் கீழும் வேறு
யார்யாரோ ஏதேதோ விவாத லயிப்பில்
அதன்மேலும் இரையெடுத்த
காலப் பாம்பு
அவனைக் கண்ணால் கண்டவொரு நூற்றுக் கிழவனைத்
தேடுவது யார் வேலையென்று விலகி
மேல்விவரம் தெரியா
வூர் வேடிக்கை பார்த்திருக்க
விஞ்ஞான யுகத்தில் அதுவும் சாத்தியம்தானென்று
இவன் சொல்ல ஆனால்
மனிதனுக்கு நினைவுச் சின்னமாகும்
யோக்யதைபற்றிப் பெரும்
சந்தேகமிருந்தது எனக்கு வயதும் அதற்கு
விதிவிலக்கல்ல என்று விவாதித்துக்
கொண்டே பின் எதிர்த்திசைப்
பேருந்து பிடித்துப் புறப்பட்டுச் சென்றது.

29.06.92
நிகழ்

ராமனாதன் சொன்னது

எங்கேயாவது போனால்
யாரையாவது பார்த்து
விட்டுத்தான்
திரும்பவேண்டியதாயிருக்கிறது
சும்மா என்கிற
பதிலை
நிராகரிக்கும்
உலகத்தில் இருந்துகொண்டு.

29.06.92
காலச்சுவடு

நோற்றாள்

நீ எழுதும் கடிதம் நீ எழுதும் கடிதம்
போலவே இல்லை என்கிறாள்
அம்மா ஈதெல்லாம் என்னைக்
கேட்டுக்கொண்டு எனக்குள் முளைத்த
ஞாபகம் எனக்கும்தான் இல்லை
என் சிந்தனையில் சிக்கல்
என் நடையில் பிரத்யேகம்
என் மொழியில் கடினம்
நீ வளர்ந்து பெரியவனாகி
விட்டாய் என்கிறாள்
அவள் வாயால் இதைக் கேட்பதென்பது
எத்தனை துரதிர்ஷ்டவசமானது.

22.08.92
சிலேட்

புத்தாண்டுக் கவிதை

நேற்று நள்ளிரவிற்குப் புத்தாண்டு
பிறந்தது இதற்காகக்
கூட்டப்பட்ட கூட்டத்தில்
நானும் உட்கார்ந்திருந்தேன்
ஜெகக்கூட்டம் ஒருவர் பேசினார்
எல்லோரும்
சேர்ந்திசை பாடினார்கள் ஒருவன்
புத்தாண்டின் மிகப் புதிய
விஸ்கியைக் கொண்டாடிவிட்டு
அதையென்மேல்
வாந்தியெடுத்துவிட்டுப் படுத்துக்கொண்டான்
கழுவிக்கொண்டு திரும்ப
வருவதற்குள் பாடி
முடித்திருந்தார்கள்
தொண்ணூற்றிரெண்டு போனதையும்
தொண்ணூற்று மூன்று வந்ததையும் கவனிக்க
நேரமில்லாமல் போய்விட்டது.

10.02.93

அனைத்தும் கைவிடப்பட்டன

பறவைகளின் இரைச்சல் அதிகமாகிக்கொண்டே
வருகிறது அதைக் கவனிக்க
வேண்டும் தனிக் குரலாயிருந்தது அப்போது
இரண்டாகி முட்டையிட்டு அடைகாத்துக் குஞ்சு
பொரித்து இப்போது அதன் கூட்டுச் சத்தம்
கீச்சுக்கீச்சென்று காதைக்
கிழிப்பதாய் மாறியிருக்கிறது மாமரப் பரண்
விரிசல் கண்டு கிடக்கிறது
நடக்கும் வெளிகளில் கூடாரமிட்டுத் தங்கும் கலையை
மனிதனுக்குக் கற்றுத் தந்தவனும்
பறக்கும் வெளியில் கூடுகட்டிக்கொள்ளும் அறிவை
பறவைகளுக்குத் தராமல் மனிதனைப் பழிவாங்கி
விட்டான் பறவைகள் தங்கள் இரைச்சலை
அளவு கடந்து பெருக்கிக்கொண்டே வருகின்றன
பரணிருக்கும் வீட்டின் சுவர்களுக்குள்ளெல்லாம்
அந்தச் சத்தம் விரிசலாய் நீண்டு செல்லுமென்று
நான் சந்தேகப்படுகிறேன் விரிசல்
துளிர் பிடித்து இலைகளாகிப் பூக்குமெனும் பயம்
வயிற்றிலோர் மரமாய் முளைக்கிறது.

30.04.94
சுபமங்களா

திரும்பல்

விடுமுறைக்கு வேற்றூர்
சென்றிருந்தவர்க ளெல்லோரும்
திரும்பிவிட்டார்கள் கெஞ்சிக் கூத்தாடி
விடுப்பு எடுத்துக்கொண்டு
கூடச் சென்றிருந்தவர்களும்
திரும்பிவிட்டார்கள்
விடுமுறைக்குக் காத்திருக்கத்
தேவையென்னவெனும் இலக்கிய
அறிவுஜீவிகளுக்குங்கூட
ஊர் திரும்பும் நேரம் வந்துவிட்டது
விடுமுறையும்
போக்கிடமும் இல்லாத என் தினசரிகளின்
நீரோட்டத்தில் வெள்ளம் பாய்ந்துவிட்டது.

30.04.94
சுபமங்களா

சக்திக் கூத்து

அறைக்குள் வைத்து அடைத்துவிடுகிறேனென்று
கர்ச்சிக்கிறான் அதைச்
செய்ய அவனால் முடியும் வெளிப்புறம்
தாளிட்டுப் பூட்டிவிடுவேனென்கிறான்
ஒன்றுக்கு இரண்டு பூட்டுக்களுடன்தான்
நின்றுகொண்டுமிருக்கிறான் அதையும் செய்ய
அவனால் முடியும்தான் உண்மையில்
உனக்கே உனக்கென்று ஓருலகை
அறைக்குள்ளாகச் சிருஷ்டித்து உன்னை இருத்தி
விட்டுக் கால் பாவாத அந்தர வெளியில்
தன்னை அலைக்கழித்துக்கொள்ளத் தானே
போட்டுக்கொள்ளும் உலகக் கதவின்
உட்புறத் தாழ்ப்பாள்தானா அது என்பதைக் கேட்டுத்
தெரிந்துகொண்டானா தெரியவில்லையே.

30.04.94
சுபமங்களா

அசையும் கதவின் குரூரம்

திறந்திருக்கும் கதவொன்று
மூடிக்கொள்ளும் முனைப்புடன் கண்முன்னே
பாய்ந்து வரும் காட்சி உண்மையில்
மனதைச் சம்மட்டிக்கொண்டு தாக்கி அதை
ஆயிரங்கூறாகப் பிளந்து
சிதைக்க வல்லது
முற்றாகத் திறந்து கிடக்கும் நிலைபற்றியோ இறுகப்
பூட்டியிருக்கும் வேளைகள் பற்றியோ
நான் சொல்ல வரவில்லை
திறந்திருந்தால் நுழையப் போகிறோம்
பூட்டியிருந்தால் கடக்கப்போகிறோம்
கதவு திறந்திருக்கிறது பூட்டியிருக்கிறது
என்று சொல்லலாம்
திறந்திருக்கும் வீடு பூட்டியிருக்கும்
வீடு என்று சொல்வதன்றி
திறந்திருக்கும் கதவு என்றோ பூட்டியிருக்கும் கதவு
என்றோ வாழ்விடத்தைச்
சொல்லக் கேட்டிருக்கிறோமா
உள்ளே சிலர் காத்திருக்கிறார்கள் அல்லது
பூட்டின்முன் நிற்கும்போது
வெளியே கொஞ்சம் வேலை இருக்கிறதென்று
நாசூக்காக முடிவுசெய்துகொண்டு
நிச்சயத்தோடு செயல்படும் ஒரு ஆரோக்கியமான
லீனியர் மனது மனிதனுக்குள் செயல்படுவது
பின் எங்ஙனம்
ஒரு வீடே அசையும் கதவாக
முன்னகர்ந்து பிரக்ஞையைத் தாக்கி அதை
வீழ்த்தும் விபத்து
என் எதிரிக்குக்கூட நேர்ந்துவிடக் கூடாது.

04.05.94
சுபமங்களா

விரித்தல்

மேற்கிலிருந்து கிழக்காகச்
சென்ற காற்றின் போக்கில்
கீற்றுகளின் பழுத்த மஞ்சள்
முனைகளை விரித்து
வைத்தது புழக்கடைத் தென்னை
ஆழிசூழ் உலகின்
மேற்றிசை பச்சை நிறமானது
கீழ்த்திசை மஞ்சள் நிறமானது.

13.05.95
விருட்சம்

கல் வீடு

ஓடைக்கரையில் உருளுமொரு சிறுகல்
உள்ளே இருக்குதெங்கள் வீடு
அதில் கட்டுவோம் பத்து அறை
நட்டு வைப்போம் நந்தவனம்
பின்னால் செவ்வாழை
முன்னால் வேப்ப மரம்
வேப்பங்கொழுந்தின் நுனி கிள்ளி
பதித்திருக்கும் கண்ணாடி
கண்ணாடியில் தெரிகிறதா
கடல் பொங்கும் திருச்செந்தூர்.

13.05.95

என் பங்கு நெல்

தோட்டமிட்டுத் துரவுகட்டி
வேலியிட்டு வெக்கை பார்த்து
தண்ணீர் ஊற்றித் தங்கியிருந்து
பாத்தி கட்டிப் பதமாக்கி
அப்பா கொண்டு
வந்து வைத்த புங்கை
நிழல் கொடுக்கும்
நீரெரியும் சாலையில்
கிளைபோய்க் கீழ்வானம் தொட்டு
மழைக்குச் செய்தி சொல்லி
மதுரையிலே நின்று பெய்து
வைகை உடைந்து
வெள்ளம் பெருகி வருநீர் வற்றாமல்
வைகைக்குக் குடை பிடித்து
வேர் நீண்டு
விளையாடும் வனமாகி
இலை செழித்து
காய் முற்றி
பூவுதிர்ந்து புஞ்சை போய் விழுந்து
இதழ் காய்ந்து எருவாகி
எரு முற்றி நெல் விளைந்து
பதர் அரிந்து
தேசம் போய்
பதரெல்லாம் எருமைக்கு
பாலெல்லாம் கன்றுக்கு
உமி யுங்களப்பனுக்கு
உள்ளிருக்கும் நெல்லெனக்கு.

13.05.95

மரணப் பறவை

பூக்களைச் சேதப்படுத்தும்
நிழலென்று நான்
விரட்டிவிட்ட கழுகு பறக்கிறது
ஆற்றின் குறுக்காக
வெகு உயரத்தில் அதன்
பிம்பம் மீன்களைக்
கொத்திப் பிடுங்குகிறது.

21.05.95
விருட்சம்

புராதன பாடகன்

பாடல்களை விற்றுப் புழுக்கள்
நெளியுமொரு பெட்டியை
வாங்கினேன்
இசைப்பதைத் தூக்கம்
விஞ்சுமப் போதில் தூரக்
கொட்டிவிட்டுப் படுத்துக்
கொள்ளலாமென்று நினைத்தோ என்னவோ
வாங்கியவன் பரப்பினான் பின்
நான் பாட முடியாத
என் பாடல்களை
புழுக்கள் நெளிவன பெட்டிக்குள்
மிதப்பன கழுகுகள் இப்
பிரபஞ்சமொரு பிரம்மாண்டப்
பெட்டியென்று அதில்
என்னை உள்ளிருத்தி.

06.06.95
புதுவிசை

காதல்

அவள் யவ்வனம்
கனிந்த பார்வை
காடு மலைகளாய்
வெய்யிலாய்க்
கழற்றியெறிந்தது
சன்னல் வெளியே
எதிர்த்திசைப்
பேருந்து.

06.06.95
விருட்சம்

வியக்தி

இடியைக் கையிலெடுத்தேன்
தென்மேற்காய்ச் சுழற்றியெறிந்தேன்
இடி இல்லாதிருந்தது வானம்
இடித்தபின்
வானமும் இல்லாதிருந்தது தென்மேற்கு மூலை
இடியும் வானமுமாகி
எஞ்சி நிற்பேன் இனி.

25.05.95
விருட்சம்.

உதிர் கனவு

நிசிதோறும் நிசிதோறும்
என் பறவை தன்
இறக்கையின் நூறு அலைவுகளுக்கொரு
தடவை ஒரு கனவை யுதிர்த்தது
நூறு கனவுகளுக்கொன்றென்று
ஒரு சிறகை உதிர்த்துப் போனது
நூறு சிறகுகளைச் சேர்த்து என்
ஒரு கனவை மீட்கிறேன் நான்
நூறு கனவுகள் என்னிடமிருக்கின்றன
நிசியால் உலகையளக்கிறோம்
நானும் என் பறவையும்
ஒளியாய் கடலாய் இசையாய்
உதிரும் சிறகுகளை
மொழியாய் புனைவாய் காதலாய்
பொறுக்கிக் கோத்தபடி
பின் செல்கிறேன் வெகுதூரம்
எல்லாருடைய தூக்கத்தின் மேலாகவும்
எங்கள் கனவுகள் மிதந்துபோகும்
உண்மையில் தூக்கம் பற்றின
கனவொன்றை நிசியும்
எப்போதும் உதிர்த்துக்கொண்டிருக்கிறது.

09.06.95
புதுவிசை

மூன்றாம் தீ

ஒரு தீயைக் கையிலெடுத்தாள்
ஒரு தீயை எட்டி உதைத்தாள்
ஒட்டிக்கொண்ட தீ
பார்வையாய்ப் பிரதிபலித்து முப்புரத்தில்
பரவிப் பெருகியது
உதைத்த தீயை உண்டு செரித்து
முதல் தளிர் பூவாகியது
ஒளியும் மணமும் மேலும் கீழுமாய்ச்
சுழன்றது உலகம்
பாடலும் மணமும்
விகாசிக்கும் முழுப் பந்தை
ஓரூழி விளையாடினாள்
கைத்தீயைக் காற்றாய்
உதறி வழங்கத் தெரியாமல் முன்னொரு காலத்தில்
பின்னும் தீ தீயெனப்
புலம்பியுழன்றாள்.

10.06.95
உன்னதம்

உயிராய்ப் பறத்தல்

புழு என்னைத் தின்றது
புழுவாகி உயிர் பெற்றேன்
பறவை என்னைத் தின்றது
பறவையாகி உயிர் பெற்றேன்
வானம் என்னைத் தின்றது
தாரகையாகி உயிர் பெற்றேன்
சூரியன் என்னைத் தின்றது
ஒளியாகி உயிர் பெற்றேன்
என்னைத் தின்னும் அத்தனையையும்
நானே படைத்து உயிர்ப்பித்தேன்.

17.06.95

பாடலாய்ப் பறத்தல்

அவள் பாடலென்றறிவேன்
அவள் பாடல் எதுவென்றறியேன்
தீட்டிய பளபளக்கும்
கூர்முனையுள்ள பாடலால் என்
வயிற்றைக் கீறி
குருதி கொப்பளிக்கும் குடலை
இழுத்துப் போட்டாள் வெளியே
காலியான வயிற்றில்
பாடலை இருத்தித் தைத்தாள்
காய்ந்த பிணம் தின்னக் கழுகுகள்
தரைக்குத் தாழ்ந்தபோது
தன் பாடல் இவனென
ஆகாயத்தில் எழுப்பினாள்
என்னை என் கலைமகள்.

18.06.95
புனர்

தொலைந்தவர் பாதை

முன்பு ஏரிக்கரைக்கு வந்த
ஒரு பறவையின் கால்களில் ஒட்டிக்
கொண்டு தொலைந்துவிட்டது என்
காலடிச் சுவடு
நான் போகுமிடங்களுக்குப் பிறகு
என்கூட வரவில்லை அது
பறவை என் காலடிச் சுவட்டை ஒரு
பாறையின்மீது விட்டுச் சென்றது
வேறொன்று அதைத் தூக்கி
மலையுச்சியில் நழுவவிட்டது
கடல் நடுவே சுழன்றது என் சுவடு
மலரிதழில் பொன்வண்டாய்
பரவியது முன்பு நான்
ஏரிக்கரையில்
திரும்பிப்போகும் அடையாளம் தப்பி
திகைத்துப்போய் நின்றுகொண்டிருந்தேன்
ஒவ்வோர் உலகமும் சுழன்று என்
அருகே வந்து மீண்டது அப்போது.

18.06.95
புதிய பார்வை

ஜென்மச் செடி

காலம் முக்கியமானதென்று
சொல்ல மாட்டேன்
யார் காலையும் கடித்து விஷமேற்றாத
பாம்பு தன் போக்கில்
ஊர்ந்து செல்வதில் எனக்கு
ஆட்சேபணையுமில்லை
செடிகொடிகள் வழிவிட்டும் வேரோடு
பிடுங்கப்படும்போது
காலம் ஒரு வடுவாகிறது
உதாரணமாக
நானாயிருந்தவொரு
பூர்வஜென்மச் செடி
வேலிப்படலாய்
யார் காலையும் குத்தி விஷமேற்றாமலேயே
ஒரு சிவந்த மலரைப்
பூத்து நிற்பது.

20.06.95
புனர்

பறக்கும் விதி தெரிந்ததால் பறவை

என் அலகின்முன்
விரிந்திருந்தது வெளி
கால்களின்பின்
வடிந்திருந்தது பள்ளத்தாக்கு
நான் தரையிற்
சரியுமப்
போதெல்லாம்
அலகும் கால்களும்
இடையறச் சுழலும்
திசைகளற்ற கழுகு
நழுவாது
மிதக்கிறது.

05.08.95
விருட்சம்

நிழல் மதியம்

கோடையுன் நடுமுதுகைக்
கீறியெழும் வறண்ட
இசை வெய்யிலுக்கென்னை
ஒப்புக் கொடுத்தபோது
மேடுபள்ளங்களற்றவனானேன்
சமச்சீர் நிலையென்பது
தகிப்பே இயல்பானது
தீயும் மூங்கில்களின்
கீழ் அரைபடும்
பசுக்களின் தாடைகளைச்
சென்று தாக்குவது
எதிலும்
எதுவுமற்றுப் போக்குவது
ஒளியின் இரைச்சலை
மேலெழுப்பி
மண்ணின் உறுமலைப்
பேரமைதியென அடக்கி அது
பணிய வைத்தபோது
எனக்கும் தூங்க வேண்டும்போலிருந்தது
கானல் தூக்கி விசிறும்
மயானக் கழுகு
தடுமாறித் தன்
சிறகுகளை உச்சியில் விரித்தபோது எனவே
நிழலை உண்டாக்கினேன்.

07.08.95
புனர்

கட்டங்களெனும் கந்தர்வம்

பதினாறு
ஒரேயளவான
கட்டங்களால் பிரிக்கப்
பட்டிருந்தது சுவர்
இரண்டாம் கட்டத்தில்
பெரிய விழி ஒன்று
ஐந்தாம் கட்டத்தில் ஒரு மலர்
பதினொன்றாம் கட்டத்தில்
தகிக்கும் நண்பகல்
பதினாறில் என் கடவுள்
முற்றிலும் எதுவுமற்ற
கட்டமொன்று நடுவில்
செங்குத்தான ஒற்றைக் கோடால்
உலகை இரண்டாய்ப்
பிளந்தது
உயிர்களை உயிர்ப்புடனேயே
சித்திரங்களாக்கும்
மாயச் சைத்ரீகனைப் படைத்த சுவர்
ஒன்றில் நான்.

08.08.95
யாதுமாகி

தென்மேற்கிலிருந்து இசைப்பவன்

தென்மேற்குத் திசையிலிருந்து இங்கே
மழை கொண்டுவரும்
மேகங்கள் அவன்
சுவாசக் காற்றால்
துரத்தப்பட்டு விரைபவை
அவன்
செக்கச்சிவந்த தன் ஆடுகளைப்
புற்களற்ற அடிவானத்தை
நனைக்கும் தன் பாடலைச்
சுடச்சுட மேயச் செய்திருந்தான்
கடவுள் அவனுக்கொரு
குழலைக் கொடுத்திருந்தார் அதன்
ஏழு துளைகளிலிருந்து
பீறிடும் இசை
மேகங்களற்ற வெற்றிடத்தை
அவன் இருப்பிடமாக்கும்
மேகங்கள் ஆடைகளையும்
ஆடைகள் ஊர்திகளையும்
ஊர்திகள் காமாலை மணத்தையும்
விளைவித்தன
அவனோ
மேகங்களைத் தன்னிடமிருந்து
தள்ளியே நிறுத்தியிருந்தான்
தன் வானை இசையால் நிரப்பியிருந்தான்
ஈரமற்ற இசையால்.

10.08.95
யாதுமாகி

மின்னோலைப் புத்தகம்

புத்தகங்களின் பக்கங்களிலிருந்து
கிழித்தெடுக்கிறேன் மிதந்து செல்லும்
என் ஊர்தியை
மிக மிருதுவானது அது
நினைத்தே பார்த்திராத விதத்தில்
மேசையின் பரப்பிலிருந்து
பேரண்டத்தின் பிரமாண்டமான
மூலைகளுக்கு விரையும்
லகுவில் பயணிக்கிறேன்
தினமும் இரவுப் பனி
நனைக்கும் காகிதத்தைச்
சுருக்கியென் வீடாக்கியபடி மேலும்
நடுப்பகல் உலர்த்தும்
தகிப்பு என் பசிக்கு உணவாக
உடையின் புழுதிமேல்
கலவரமடையும் உன்னூடு
கச்சிதமாய்ப் பொருந்தி வெளியேறுகிறேன்
எப்போதும் நீயறியாவண்ணம்
சக்கரங்களும் மின்னலும்
உறுமும் உலோகங்களின் நிலமும்
வடிவமைக்கின்றன என் புத்தகங்களை.

16.02.97.

துவக்கம் உன் என்

என் பறவை துவக்குமிடத்திலிருந்தே
பார்வை துவங்குகிறது
பார்வை துவங்குமிடத்திலிருந்தே
வானம் துவங்குகிறது
வானம் துவங்குமிடத்திலிருந்தே
வார்த்தை துவங்குகிறது
வார்த்தையின் விலா எலும்பு
விளைவிக்கிறது தரிசு நிலத்தின்
பாறை விதைகளை
எழுதிச் செல்லும்
என் வனத்தின் கரங்களால்
நான் அளிக்கிறேன்
யாவற்றுக்கும் மாற்றாக
இன்னொன்றை
தேயும் உன் வார்த்தைகளின்
செல்லா நிலவை உதிர்த்துவிட்டுக்
குளிர்ந்த நெருப்பை
என் பறவையின் உணவு தானியமல்ல
என் நிலக்காட்சியில் சூரியனுமில்லை
மிகப் பெரிய இன்மை நான்
நழுவிச் செல்லும் நீர்ப்பந்துக்கும்
உரிய ஓரிடத்தை
சரியாகச் சொல்லுமளவு.

21.02.97
விருட்சம்

அப்படி

குடையாய்க் கவிந்த
மரத்தில் வெக்கை
வாளாய்க் குவிந்த
மரத்தில் குறி
கிளையாய் விரைத்த
மரத்தில் பிணம்
வனமாய் விரிந்த
மரத்தில் இருள்
விதையாய்ப் புதைந்த
மரத்தில் கனவு.

21.03.97

இகாரஸ்

குழல்முனை ஆடியால் வானைக்
குறி பார்த்துச் சுட்டான்
கல்லாய்ச் சரிந்த வானை
நெருப்பாக்கிக் கொண்டுசென்றான்
தாரகை பறவை மேகம் ஏதும்
இல்லாதிருந்ததா அங்கே
பறத்தலை மீட்டுக்கொண்டான்
தனிமையை அஞ்சுமென்று.

14.04.97

இல்லை போல ஆவேன்

உறவில்லைபோல
நீ என்னைச் சொன்னால்
பூவில் நான் உறங்கிக்கொள்வேன்
உயிரில்லைபோல
நீ என்னைக் கொன்றால்
நீரில் நான் உறங்கிக்கொள்வேன்
வலியில்லைபோல
நீ என்னைத் தொட்டால்
காற்றில் நான் உறங்கிக்கொள்வேன்
இமையில்லைபோல
நீ என்னைக் கண்டால்
நிறத்தில் நான் உறங்கிக்கொள்வேன்.

03.05.97
புதிய பார்வை

ஒறு

நகரும் மழையின் பொழுதை
வனமாக்கும் கடவுள்
உயரும் மழையின் உடலுள்
சுவை சேர்க்கும் தோழன்
மிதக்கும் மழையின் குணத்தில்
கதிரின் வெட்கமற்ற யாசகன்
வீழும் மழையென்பதோர்
உறைந்துபோன ஊகமென்றதைப்
பார்ப்பதில்லை
அதோடு பேசுவதில்லை.

26.02.99
காலச்சுவடு

இன்மை ஒரு பதம்

பயண விரைவுகளில் கடந்து
கரைந்துவிடாதவொரு
மரம் வளர்க்கவேண்டும்
காலத்தின் ஆகச் சிறந்த போர்வாளாய்
அம்மரத்தை உருவாக்க வேண்டும்
புழுபுதை சாலைகளின்
மேல் காற்றாலதனுடலில்
நானிடும் குத்துப் பாதை
இலக்குகளில் சலிப்புறாமல்
புதிர்வுகளினூடு சுழலும் வெளி
பயணத்தின் ருசி உப்பெனத் தேர்ந்தோர்
தெரிகையில் அவ்வெளியின்மீது
காலத்தின் ஆகச் சிறந்த எதிரியாய்
வாளுக்கெதிரே என்னைச்
சமைத்துக்கொள்ள வேண்டும்.

26.02.99
காலச்சுவடு

கரிக்கும் பெண்

கரிக்கும் பெண்ணுக்குத் தன் காதலைச் சொல்லத்
தெரியவில்லை.
உன்னத இசையிலிருந்தும் மகா உன்னத
காவியங்களிலிருந்தும்
கற்றுக்கொண்ட வார்த்தைகளென்று எதுவும்
அவள் கைவசமில்லை.
பாறையிடுக்குகளில் பதுங்கியிருக்கும் பண்டாரங்களின்
பார்வையில்
பிரசன்னமாகக்கூடும் அது என்று மட்டுமே வர்ணிக்கத்
தெரிந்த அவள்
உழக்கினுள் சேகரமான விதையாய்
கழுத்தையுயர்த்தி உன்னை முத்தமிடும் பொழுதுகளில்
தன்னுள் துடித்துக்கொண்டிருக்கும் உயிரின்
ஆர்ப்பரிப்பையே
உனக்குள் கடத்திவிடத்
தன் குதிகாலில் எழும்பி நிற்கிறாள்.
ஸ்தனங்களின் தொடுவிசையில் திறக்கும் உதடுகளின்
பிளவிலிருந்து
நீ உறிஞ்சியெடுத்துக்கொள்வதெல்லாம்
உனக்கான இன்னொரு முத்தத்தை மட்டுமேயென்றும்
குறைப்பட்டுக்கொள்கிறாள்.
(என்னுள் நீ இறங்கும்போது கர்த்தர் தேவைப்படாத
சீமோனாக
நான் உன் வலையை நிரப்பியனுப்புகிறேன்தானே).
மேலெங்கும் துளிர்த்துத் ததும்பும் உப்பை அருந்தக்
கொடுத்துத்
தூய்மையின் மகத்துவத்தை உன் நாவிலிருந்து
அழித்துவிடும் முனைப்புடனே அவள் உடல்
எப்போதும் திறந்துகொள்கிறது.

அதன் கரிப்பை நீ உச்சரித்தவுடன்
நாபியின் ஆழத்தில் அந்த வார்த்தை
ஒரு குட்டி மீனாகி நீந்தவேண்டுமேயென்றும்
அது கவலைப்படுகிறது.
(இதற்காகவே உன் நா நுனியை
அங்கே நீந்தப் பழக்குவதாயும் அவள் பிதற்றுகிறாள்).
அஸ்தி கரைக்கப்பட்ட நதிகளில்
அரைகுறைப் பிணங்களை மலர்களாய்ச் சுமந்துகொண்டு
அலைந்தவொரு வெக்கைப் பருவத்து இரவுப்
பயணத்தின்போது
(அப்போது நீங்களிருவருமே
வெவ்வேறு தேசங்களின் உப்பரிகைச் சன்னல்களுக்கடியில்
வெறுந்தரையில் உங்கள் மார்புகளைப் பதியப்
படர்த்தியிருந்தீர்கள்).
முத்தங்களின் பொட்டொலியை
அலைவரிசையில் கடத்தப்
பிடிவாதமாக மறுத்துவிட்ட அவள்
(பின் இன்னொரு காய்ச்சல் காலத்துப் பயணத்தின்போது
தன் தோளின்மேல் ரகசியமாய் முத்தமிட உன்னை
அனுமதித்தவளும்
நீலவுடலின் சாரத்தைக் காற்று உறிஞ்சிச் செல்வதைச்
சரியாய்ச் சித்திரப்படுத்தியவனென்று சிலாகித்துச்
சொன்னவளும்
அதே பைத்தியக்காரிதான்)
பிரசவ காலத்தின் போதையூசி
தன்னுள் ஏற்றப்பட்ட அனுபவம்தான் காதலென்று
நீ திடுக்கிடும்படி அறிவித்தது
உனக்கு நினைவிருக்கிறது.
ஆனால் வாத்ஸல்யத்தின் விரிவுமுன்
காமத்தின் விதிகளைத் தளர்த்திக்கொள்வதில்
தவறேதும் இல்லையென்றும் முனகும் அவள்
காதலைத் தன் வாய்க்குள் உச்சரிக்க
வேண்டும்போதெல்லாம்
யோனிக்குள் செவிகளைப் பொருத்த முயலும் உன்னை
தன்முன் மண்டியிடவும் ஒருபோதும் அனுமதிப்பதில்லை.
நுரைத் தலையணைகளை இடுப்பிற்கு முட்டுக்கொடுக்க

பா. வெங்கடேசன் கவிதைகள் (1988-2018)

நிரப்பியிருக்கும் தன் சிம்மாசனத்தில்
நீயிருக்கும் வேளைகளில் அவள் அமர்வதுமில்லை.
புத்திசாலியென்று தன்னை நினைத்துக்கொண்டிருக்கும்
கரிக்கும் பெண் உண்மையில் ஒரு முட்டாள்.
சமயம் அதிகமில்லையென்றும்
காதலைச் சொல்லுமொரு கடைசிச் சந்தர்ப்பத்தைத்
தன்னால் வென்றுவிட முடியுமாவென்றும் அவள்
தவிக்கும்போது
கரிக்கும் கரங்களால்
மணல்வெளி முழுவதும் தான் எழுதிச் செல்லும்
கவிதைகளின்
ஒரு வரியைக்கூட ஒத்துக்கொள்ளும்படி
என்றுமே உன்னைக் கெஞ்சியிராத அகம்பாவியான அவள்
கருணையின் ஈரப்பதம் கசியும் தன் மையத்தின் அடங்காத
புயற்சுழியை
அவசரப்பட்டு உன் சாகஸத்தின் ஆடுகளமாக
அனுமதித்துவிடுகிறாள்.

28.08.2007
காலச்சுவடு

இடறும் காதல்

தினந்தோறும் அழைப்பு.
தினந்தோறும் முணுமுணுப்பு.
காதலை அவள் தெரியப்படுத்தும்விதம் இப்படித்தான்.
தன்னில் பாதியை நிழல் தின்னக் கொடுக்கும்
சூடவாடிக் குன்றின் அடிவாரத்தில்
சுல்தானியக் குதிரைகள் தடதடத்துச் சென்ற
பாதையின்மேல்
ஜெனானாக் கனவுகளோடும்
பெட்டதம்மன் கோவிலின் காவல் ராட்சசியாய்
இருந்தபோது
மத்தியகாலச் சிப்பாயைக் குறுக்கே கிடத்திப்
பாலூட்டிக்கொண்டிருந்த
இப்போது யார் கவனத்தையும் கோராத
பழைய முலைகளோடும்
அவள் தன் காதலைப் படரவிட்டிருப்பாள்.
தகரக் குவளைக்குள் யாசகத்தின் ஒலியாய் அது
குலுங்கும்போதெல்லாம்
இன்னொரு உலோக வில்லையை எறிந்துவிட்டு
உன் பெரும் மறதிக்கான
பாவக் கழுவாயைத் தேடிக்கொள்ளும் முனைப்புடன்
வண்ணமுதிர்ந்த சித்திரமொன்றைக் கடப்பதுபோல்
நீ அவளைக் கடந்துகொண்டேயிருப்பாய்.

26.09.2007

அலைபேசும் துயரயிசை

அவள் தன் துயரங்களை
அரற்றிக்கொண்டிருக்கிறாள்.
ஏதோவொரு தோல்வியின்
மயக்கத்தின்
போதையின்
கவனமற்ற வார்த்தைகளை
மனப்போக்கில் வாரியிறைத்தபடி.
ஆனால் உண்மையில்
முடிவற்ற சஞ்சாரத்தை மட்டுமே விரும்பும் ஒரு
ஆலாபனை அது.
உன் கனவில் நீ கேட்க விரும்பிய இசை
அலைபேசியில் வழிந்துகொண்டிருக்கிறது.
உன் செவியுறலின் நதியில் நீந்தவும்
உன் மௌனத்தின் மடியில் படரவும்
நீ அதில் வெறுமே உறைந்திருக்கவும்
மட்டுமே அது பாடப்படுகிறது.
உன் இரக்கத்தின் கொழுத்த விரல்களைத்
தவிர்க்கும் மென்மையுடன்
உன் மேதைமையின் அர்த்தமாக்கலுக்குள்
சிக்கிவிடாத புதிர்மையுடன்.
இயலாவிடில் அது இப்புவியில்
யாராலும் ஒருபோதும் கேட்கப்பட்டிராத
ஒரு புனிதப் பாடலாகி
அலைபேசியைத் துண்டித்துவிடுகிறது.

20.03.2010
காலச்சுவடு

அப்பா மயில்

புகைவண்டிச் சன்னல் சட்டத்தின்
நடுவே அசையும் சித்திரத்தில்
அப்பா மயில் என்கிறாள்.
எருக்குழியிலிருந்து
புதையல் வெளிப்பட்டதுபோல
எதிர்பாராத வெளியில் தன்
உலாவலை நிகழ்த்தி
மறைகிறது ஒரு கணம்.
ஆஹா மயிலென்கிறாய் நீயும்.
தூண்டப்பட்ட ஆர்வத்துடன்
இன்னொன்றைக் காட்டுவேனெனச்
சூளுரைத்துத் தன் விழிகளைத் தொலைதூர
மலைகள்மேல் வீசுகிறாள்.
மாலைச் சூரியனில் கிரணமாக
மரக் கிளைகளில் நிழலாக
தாராக்களில் சந்தேகமாக
கவிழ்க்கப்பட்ட கூடைகளினுள்
அகவலாக அது
பயணம் முழுக்கக் கூட வருகிறது.
முதல் மயிலை வெறும் பறவை
யெனச் செய்து.

(காயத்ரிக்கு)

28.06.2011

போர்ப் பரணி

போர் குறித்த அற்புதமான கவிதையொன்று
எழுதப்படத்தான் வேண்டும்.
மிக அபூர்வமான கவிதை நிகழ்வாக
இருக்கக்கூடும் அது.
போர் நிர்ப்பந்திக்கும் அதிமனித உடற்கூற்றியல்
போர் வேண்டும் உயிர்த் தியாகம்
போர் வளர்க்கும் உலோக நுண்கலைகள்
போர் போஷிக்கும் விளிம்புநிலை உயிர்கள்...
போரின் அழகியல் பற்றிய
விரிவான ஒரு கவிதையே
இப்போதைய தேவை.
போர்மீதான ஒரு
அதி முக்கியமான நாவலை நான் எழுதி முடித்தபோது
வார்த்தை நிலத்தின் குறுக்கே கடைசியில்
வெண்புறா ஒன்று
கடந்து சென்றதைக் கண்டதாக
நீங்கள் தீர்ப்பளித்தீர்கள்.
பக்கங்களில் சிறைப்பிடிக்கப்பட்ட போரின்
குரூரமும் தந்திரமும் ஒவ்வாமையும்
சமாதானத்தின்மீதான காதலைப்
பல மடங்கு அதிகப்படுத்திவிட்டதாய்ப்
பொய் சொன்னீர்கள்.
போரை மட்டுமே விதந்தோதியது அது.
போரை ஆதரிக்கும் எழுத்தென்று நீங்களோ
போர்ப் பிரகடனத்தைக்கூட ஏற்பதில்லையென்று
பிடிவாதம் பிடிக்கிறீர்கள்.
சமாதானத்தின் நயவஞ்சகப் பிடிக்குள்
சிக்கித் திணறும் போரை விடுவிக்க
ஒரு கவிதை எழுதப்படத்தான் வேண்டும்.
போரின் விஞ்ஞானத்தை மட்டுமே
அது பேச வேண்டும்.

2005
புது விசை

காதலின் வானம்

பருவம்தானென்றாலும் நட்சத்திரங்கள்
பிரகாசித்துக்கொண்டிருக்கும்
ஓரிரவில் வானம் தூறுவதென்பது
அதிசயம்தானென்கிறது அலைபேசி.
நண்பகல் வெய்யிலின் பின்புலத்தில்
அது ஒரு இடியோசையையும் செவியுற்றிருந்தது.
அனுமதி மறுக்கப்பட்ட அரங்கிலிருந்து வெளியே கசியும்
காற்றின் புழுக்கத்தில் சங்கீதத்தின் ஆரோகணமோ
நெருதாவின் கவிதை வரிகளோ உன்னருகே
நிலைகொள்ளும்போது
ஒரு கம்யூனிஸ்டாக இல்லாவிடினும்
அதை ஆமோதிக்கும் மனநிலையில் நீ இருந்தாய்.
காதலிக்காக ஒரு கவிதை எழுத முயன்ற தபால்காரனை
நிலவின் ஒரு முழுவட்டத்தை மட்டுமே வரையச் சொல்லி
சன்னலின் வழியே நிர்ப்பந்திக்கிறது இத்தாலிய வானம்.*
உன்முன் நிறுத்தங்களில் காத்துக்கொண்டிருக்கும்
சக்கரங்களில்
ஒட்டியபடியிருக்கும் மழைச் சகதி
காதலின் குரல் பிடுங்கியெறிய வற்புறுத்தும்
நேற்றைய கவிதைகளை உன் நினைவிற்குக் கொண்டு
வருகிறது.
மூடிய அரங்கங்களுக்கு வெளியிலேயே அலைந்து திரிய
வேண்டுமென
முன்பொரு தினத்தில் வரிந்துகொண்ட உன்மேல்
நட்சத்திரங்களைத் தூறிக்கொண்டிருக்கிறது
பருவத்திற்குள் சிக்கிக்கொண்ட இன்னொரு வானம்.

09.09.2007

* பாப்லோ நெரூடாவின் மலைவாழ் நாட்களைச் சித்திரிக்கும் இத்தாலியத் திரைப்படமான 'போஸ்ட் மேன்'னில் ஒரு காட்சி

காவி நிற இசை

விரையும் வாகனங்களினூடே உன்னைக் கடந்து
அப்பாலிலங்குகிறாள் காவி நிற இசையாய்.
சுத்திகரிக்கப்பட்ட நகரத்தின் தெருவொன்றில்
திடீரென உதித்த கவிதையை எழுதிவைக்கத்
தாள் தேடும் முட்டாளாய் நிறங்களின் உருவகங்களினூடே
ராகங்களைத் தேடிக்கொண்டிருக்கிறாய்.
அலைபேசியில் சிருங்காரம் பரப்பும் மேதைமைகளினடியில்
முடிவில் கசியும் ஒரு துளிக் கண்ணீரையும் நிசப்தத்தையும்
வேண்டி நிற்கிறது பிடிவாதமாய்க் காவி நிறயிசை.
பிறகு நீங்களிருவரும் ரசித்த சிந்துபைரவியை
அவள் மட்டும் கையிலெடுத்தபடிப் பேருந்தைத் தவறவிட்டு
ஐஸ்க்ரீம் பார்லர் சேர்கிறாள் விளம்பரக் கன்னிகையின்
ஆயத்தங்களோடும் புன்னகையோடும்.

03.02.2008

கடலை வரைதல்

அந்த நகரத்தில் ஒரு நீல நிறக் கடல் இருக்கிறது.
அது காற்றிலிருந்து நிறைய வெண்ணிற
அலைகளை உற்பத்தி செய்கிறது.
அங்கு ஒரு கடற்கரை இருக்கிறது.
கடற்கரைக்கு நிறைய பேர்
அந்த அதிசயத்தைப் பார்க்க வருகிறார்கள்.
அவர்களுக்காகக் கடைகள் தோன்றுகின்றன.
கடலை ஒரு பெரும்
சுவரைப்போலச் சூழ்ந்துகொள்கின்றன.
சுவருக்குப் பின்புறத்தில் நகரம் இருக்கிறது.
கடைகளுக்கான உணவைத்
தயாரித்துக் கொடுக்கிறது.
அவ்வாறாக நகரமும் ஒரு சுவரைப்போலக்
கடலைச் சூழ்ந்துகொள்கிறது.
மறுபக்கம் ஒரு ஊர் இருக்கிறது.
அங்கே சில மலைகள் இருக்கின்றன.
வீதிகளில் ஓய்வான
மாடுகள் திரிகின்றன.
மலைகளில் ஒரு கடவுள் வசிக்கிறார்.
மாடுகளை மேய்த்துக்கொண்டிருந்தவர்கள்
அவரை விட்டுவிட்டுக்
கடல் பார்க்கப் போகிறார்கள்.
தனியேயிருக்கும் கடவுள் தனக்கொரு கடலை
வரைய விரும்புகிறார்.
கடலை வரைய வேண்டுமானால்
கரையில் இருக்கவேண்டும்.
ஆனால் இருப்பதிலிருந்து இருப்பதை
உருவாக்கக் கடவுள் எதற்கு.

கடலைப் பார்த்திராத அவர் கடலை அறிவார்.
கரையற்ற
கடைகளற்ற
பண்டங்களற்ற
நகரமற்ற கடலை.
அவர் மலைகளை நீல நிறத்திலும் குறுக்கே
மாடுகளை வெள்ளை நிறத்திலும் வரைகிறார்.
ஒரு ஆணியடித்து அதை நகரத்தின்
சுவரில் மாட்டி வைக்கிறார்.

20.06.2011

இயக்கி காத்திருக்கிறாள்

ஒரு தேர்ந்த பறவையின்
சிறகடிப்பைப்போல அதிகச் சொடுக்கல்களின்றி
மிதந்து உயர்கிறது கலுகொண்டப்பள்ளி மலை.
இந்தப் பயணம் இன்னும் சற்று நீள வேண்டும்.
ஓ சப்தங்களின் புத்திரனே
ஓ இலட்சியங்களின் வேலைக்காரனே
குரல்களற்ற கொக்குகள் அலைந்துகொண்டிருக்கும்
இந்த வெளியின் மௌனத்தால்
நீ முற்றிலும் விழுங்கப்பட்டவனாகுக.
இயக்கி காத்திருக்கிறாள்.
அவள் சப்தங்களை விரும்புவதில்லை.
அவள் உன்னிடம் இரகசியமாகவே பேசுகிறாள்.
எறும்புப் புற்றைப்போல உயரும்
பாதையின் மறைவுகளில் உறையும்
பலிஜர்களும் ரெட்டிகளும்
அவளிடம் மட்டுமே உறவாடுகிறார்கள்.
பெண்கள் யாவரும் பால் சுரக்கிறார்கள்.
பெண்கள் யாவரும் அங்கை அருள்கிறார்கள்.
இயக்கி காத்திருக்கிறாள்.
எலிகளும் பல்லிகளும்
தத்தமதாய்ச் சுவீகரித்துக்கொண்ட வளையில்
தன் முலைகளைத் தானே நக்கும்
துருத்திய நாக்குடன் உனக்காக.
ஓ வெற்றிகளின் வேட்டைக்காரனே
இங்கென்ன செய்துகொண்டிருக்கிறாய்.

11.05.2010
காலச்சுவடு

சௌபர்ணிகா*

கரையில் ஒலிக்கிறது காண்டாமணி.
மதுரம் சௌபர்ணிகா.
இன்று மீண்டும் பிறந்தாள்.
பழைய மலைகள் புரண்டு
அவளுள் புதைந்தன.
கருங்கூழாங்கற்கள்
செங்கூழாங்கற்கள்
கற்கண்டுக் கட்டிகள்...
சௌபர்ணிகா கற்களால்
குளிர்ந்து மேடுறுகிறாள்.
குழிந்து சூடேறுகிறாள்.
நீயொரு மலை.
உன்னுடல் கூழாங்கல்.
உடல்களால் தன்னுடலை
வனைந்துகொள்ளும் சௌபர்ணிகாவின்
கால்களிடையே அமிழ்ந்து
சிலையாய் அவளைத் தொலைத்த சங்கரன்
தேடியலையும் விடிந்திராத பொழுதில்
சாராவதியில் நீ கண்டுகொள்வாய்.
மீதமிருக்கும் காலத்தின்
நிலவொளியைச் சுரோனிதமாய்
உன் நெற்றியில்
தீற்றுவாள் சௌபர்ணிகா.
நடந்து அப்பாலேகத் தெரிந்த
சங்கரனைப் போகவிட்டு
மடிந்த பள்ளத்தாக்கின்
மேலொரு வண்ணத்துப்பூச்சியாய்ப்
பறந்து தங்குவாய்.

23.08.2010
361 டிகிரி

* கர்நாடக மாநிலம் கொல்லூரின் நதி

இந்திர பிம்பம்

முழுவதும் உதடுகளாலான ஒரு உன்னை
உன் குரலைக்கொண்டு தனக்காய்
வனைந்துகொண்டிருப்பதாய் அவள் சொன்னாள்.
தினமும் அதனுடன் உறவாடியபடியே
நதிக்கரைக்குச் செல்வதும்
அமிழ்த்தி அதில் நீர் சேந்துவதுமாக
பொழுது கழிந்துகொண்டிருக்கிறதென்றாள்.
பிறகு சில கனவுகளைச் சேமித்து வைப்பதற்கும்
பாடல் வரிகளாக அவற்றை மீட்டெடுப்பதற்கும்
சமயங்களில் முத்தமிடுவதற்கும் அது
மிகவும் பயன்படுகிறதென்றாள்.
மேலும் பறவைகள் கலைந்து சென்றவொரு
கொய்யா மரமாயும்
மனிதர்கள் கலைந்து சென்றவொரு
கடற்கரையாயும் அதை மாற்றி
வேடிக்கை பார்த்துக்கொண்டிருக்கவும் முடிகிறதென்றாள்.
அதிகாலைகளில் நதியின் எதிர்க்கரையிலிருந்து
உன் நடுங்கும் பிம்பத்தைச் சுமந்துவரும்
அலைகளை அவள் கவனியாமலில்லை.
வனைந்தது கரைந்துவிடுமென்கிற*
சாபம் அவளை விடுகிறதாயுமில்லை.

03.04.2010
காலச்சுவடு

* பரபுருஷர்களைக் காணும் வினாடியில் நீர் சேந்தும் மண்பானை கரைந்துவிடுமென்கிற விதி அகல்யா கதையை நடத்துகிறது.

நடைமேடைப் பூ

சூடவாடிக் குன்றுச்சித் தொலைநோக்கியின்
பார்வைக்குள் சிக்கிவிடக்கூடிய தொலைவில்
இல்லை அவள் வசிக்கும் நகரம்
(சூடவாடி அத்தனை உயரமில்லை).
அந்த நகரத்திலிருந்து புறப்பட்டு
இங்கே வரும் புகையூர்தியில் ஒருமுறையேனும்
அவள் நினைவாகப் பயணித்துப் பார்க்க
நீயும் விரும்பியதில்லை
(அது எதிர்த்திசையில் நகர்கிறது).
ஓய்வுபெற்ற முதியவர்களின்
உரையாடல்கள் கசகசக்கும் மாலைநேரத்தில்
எதிர் நடைமேடையின் மனிதச் சித்திரங்களை
அழித்துக்கொண்டே நகர்ந்து செல்லும்
இந்தப் புகையூர்தியை எப்போதும் கவனித்தபடி
இங்கேயே தங்கியிருக்கிறாய்
(அப்போது அலைபேசியில் அவள் சேய்மையை
உறுதிப்படுத்திக்கொள்ள நீ விரும்புவதில்லை).
அழிக்கவேயியலாத சித்திரப் பூவொன்றாய்ப்
பூத்துக்கொண்டேயிருக்கிறது உன் முகம்.
கடல் கொண்ட நகரங்கள் மற்றும்
கடலால் கொள்ளப்படவிருக்கும் நகரங்களின்
மிதக்கும் பின்னணியில்.*

09.05.2010
காலச்சுவடு

* ஓசூரிலிருக்கும் குன்றுக் கோவில். சேவுடைநாதர் இதன் தெய்வம்.

திருவாளர் ப்ரெட்டின் தனிமொழி

தவறி விழுந்த கைவிளக்கைப்போல
தென்னங்கீற்றுகளுக்கடியில்
தகிக்கும் காமத்தின் பிசுப்புடன் புரள்கிறது
ஏரிக்கரைச் சிற்றாள்களின் இரவில்
இந்த மங்கிய குடியிருப்பு.
உன் தனிமையை எடுத்தியம்புவதைப்போலக்
குறுக்குச் சாலையை இங்கிதமற்ற பாதங்களால்
கடந்துகொண்டிருக்கிறாளா அவர்களில் ஒருத்தி.
சுடர்விடும் மார்புகளின் வகிடைப்
பார்த்துவிட முடியாதபடி உடலைச்
சுற்றியிறுக்கியிருக்கிற உடையின்மேல்
மழையை எதிர்பார்த்துக்கொண்டிருக்கிறது
ராமநாயக்கன் ஏரி.
அவள் கை அவள் காதுகளை நோக்கி உயர்ந்தது.
அவள் உதடுகள் புன்னகைத்தன.
வானைப் பார்த்து அவள் எதையோ முணுமுணுத்தாள்.
பிறகு குடிசைகளிலொன்றை ஏந்தும்படி
சுவர்ச்சாந்து அப்பிய தன்
அழுக்கான உள்ளங்கைகளை விரித்தாள்.
குப்புறக் கவிந்து பாலத்தின் கைப்பிடிச் சுவரை
இறுகப் பற்றியிருக்கும் உன் வெளுத்த புறங்கையை
நடுநிசியில் விளக்கெரியும்
கென்னல்வொர்த் உப்பரிகை ஒன்றைக்
கண்ணுறுவதைப்போல
நீ வெறுப்புடன் பார்த்துக்கொள்கிறாய்.
அவள் மறைவது தெரியாமல் மறைவாள்.
பாதச்சுவடுகள் மழையைப்பற்றிய
அக்கறையற்றுக் கிடக்கும்

கோட்டையினடியில் உறங்குகிற
இந்தத் தெருவின் ஏதோவொரு குடிசைக்குள்
அவளுக்காகக் காத்திருந்த கடைசி எண்ணெய் விளக்கு
அணைக்கப்பட்டுவிடும்.

27.06.2010
புது விசை

* (திருவாளர் ப்ரெட் (Brett) 1859–62இல் ஒசூர் ஆட்சியாளராய் இருந்தவர். இங்கிலாந்திலிருந்து இந்தியாவிற்கு வர மறுத்த தன் மனைவிக்காகக் கருவூலப் பணத்தைக் கையாடி ஒசூர் ஏரிக்கரையில் பெரியதொரு மாளிகையைக் கட்டியதனால் பதவியிலிருந்து நீக்கப்பட்டார்).

பெயர்களின் சரித்திரம்

நள்ளிரவுப் போதையின்மேல் வீழ்கிறது அருவி.
வனமெங்கும் இறைந்து கிடக்கும் சரளைகளில்
பெரியதொரு வண்டைப்போலப் பறக்கிறது அரை
நிர்வாணம்.
சித்திர வினோதர்களலையும் மங்கிய உலகின் வழியே
நுழைந்து
தலைசுற்றச் செய்யும் உயரத்திற்குச் செல்வோமாவென்று
கேட்கிறாய்.
விரிந்த தாமரைக் குளத்தின் பிம்பங்களில் மாயவுருக்கள்
தலைகீழாகத் தொங்கும் கூத்தனின் சபைக்குள்
செல்கிறீர்கள்.
கடவுளர்களின் முகங்கள்மேல் பெண்ணின் பெயரைக்
கிறுக்கிப் பழகிய நீயொரு சரித்திர ஓர்மையற்றவனென்று
சத்திரத்தின் கழிப்பறைக் குழாயில்
தலையை நனைத்துக்கொண்டே சலித்துக்கொள்பவனுக்கு
உன்னிடம் காதலைத் தவிர
சொல்வதற்கு வேறு பதில்களெதுவுமில்லை.
சுய சாவிற்குத் தூண்டும் தனிமையில்
குளத்தின் ஆழத்தை உற்றுப் பார்த்துக்கொண்டிருந்த
இன்னொருவனும்
கண்ணாடி வேலிகளின் உபயோகம்பற்றிப்
பிரலாபித்துக்கொள்கிறான்.
மலைகள் மறந்துபோன மூலிகைச் சாறெடுத்து
அன்றொரு வினோதினியாய்த் தீட்டப்பெற்றவள்
பெயர்களால் துளையிடப்பட்ட விகாரத்துடனேயே
கீழிறங்கி
(பித்ருக்களின் அமைதியுறாத ஆவிகளோடு
அகதிகளின் துயரங்களும் தர்ப்பண மந்திரத்தால்

பீடிக்கப்பட்ட
உப்புநீர்த் தலத்தில் நீ கரையேறியவொரு நாளில்
காரை பெயர்ந்த இருண்ட வீட்டின் கூடத்தில்
ஏற்றிய விளக்கின் மந்தகாசத்தோடு குருக்களின்
மனைவியும்
எண்ணெயிறங்கிய தோடுகளுக்காக வருந்திக்கொண்டே
விரிந்த கூந்தலுடன் உன்முன் இவ்வாறேதான் திடீரென்று
பிரசன்னமானாள்)
பெரும் நீர்க்குடமொன்றைச் சரித்தபடி
இது போனால் இன்னொன்றென்று சொல்லிச்
சிரித்துவிட்டுப் போகிறாள்.
பன்னிரண்டாம் நூற்றாண்டின் அருவி
ஊடுருவும் குளத்துத் தொலைவறியாவாழத்தின்
மறுமுனையிலிருந்து
அந்தக் குரலை நீ எதிரொலித்ததை அறிந்தாயில்லை.
ஆழ்ந்த உறக்கத்திலிருந்தாய்.

(ராமனாதனுக்கு)

17.10.2007

நகரும் காலம்

பின்பனிக் காலத்தின் பகல் பொழுதொன்றில்
உண்டுறைச் சிறார் பள்ளி நோக்கி
விரையும் வழியில்
கை நீட்டியுன் அப்பாச்சியில்
ஏறிக்கொள்கிறான் சிறுவன் போதி.
காலத்தைச் சோதிக்கும்
நூற்றுக்கணக்கான கேள்விகளும் உடனே
முதுகில் தொற்றிக்கொள்கின்றன.
அத்தனை கேள்விகளுக்கும்
வாகனத்தின் வேகமொன்றே
பதிலாக இருக்கவேண்டியிருக்கிறது
அவனுக்கு.
வங்காளச் சிப்பாய்களுடன் தளபதி வெல்ச்.
திப்புவின் சேனைகள்.
ராம நாயக்கர். அவருக்குமுன்
ராயர். அவருக்கும்முன்
அடவித் திரை தொங்கிய இந்தப்
பின்னாட் சாலையினூடே
கால்நடை பழக்கிய ஏதோவொரு
ஆதிச் சிறுவனிடமும்
போதியின் கேள்வி இருக்கிறது.
அந்தக் கேள்வி
உன் பின்பனிக் காலத்துக் காலையை
மதியத்தை நோக்கி நகர்த்துகிறது.

27.02.2011
மணல்வீடு

மறக்கப்பட்ட பனி

இருண்ட கார்ஸின்*
தெருக்களில் வெண்பனிப் பொழிவை
கா* கண்ணுற்றுக்கொண்டிருந்தபோது
அவன் ஆத்திகனா நாத்திகனா என்று
கேள்வி கேட்கப்பட்டது.
பதில் சொல்வதற்குப் பதிலாக அவன்
இப்பெக்*பற்றிக் குறியீட்டுக் கவிதையெழுதுகிறான்.
பேட்ராயசுவாமி கோவில் தெப்பக்குளத்துச்
சிதிலமடைந்த படிகளின்மேல்
உன் கைகளில் புரளும் கார்ஸின் பனி*க்கு வெளியே
உதிர்ந்துகொண்டிருக்கும் டெங்கனிக்கோட்டையின் பனி
யாரிடமிருந்தும்
எந்தக் கேள்வியையும் எழுப்புவதில்லை.
கார்ஸைப்போலவே
மறக்கப்பட்டுவிட்ட அதன் தெருக்களில் மெதுவாகக்
குற்றவாளிகள் மற்றும் பைத்தியங்களின்
நடமாட்டம் அதிகரிக்கத் துவங்கலாமென்று
நீ உன் பிம்பத்திடம் சொல்கிறாய்.
அழகிய உன் இப்பெக் வருகை தரும்
சத்திரங்களைக் கொண்டிராத
வறண்டு குளிர்ந்த இந்த நிலம்
உன் அலைபேசியை எட்டிப் பிடிக்க முயலும்
அவளுடைய கரகரத்த குரலின்
தொடர்பெல்லைக்கு வெளியிலேயே
எப்போதும் திகழ்கிறது.
பைத்தியக்கார உணர்வுகள்பற்றிய
அவளுக்கான உன் குறுஞ்செய்தி
சிலிர்த்துக்கொண்டேயிருக்கும் குளத்து நீரில்
ஒரு கல் தவளையைப்போலத்
தத்துகிறது.

07.07.2010

* பனி – ஓரான் பாமுக்கின் புதினம். கா மற்றும் இப்பெக் ஆகியோர் அதன் கதாபாத்திரங்கள். கார்ஸ் – கதை நிகழும் ஒரு துருக்கிக் கிராமம்.

அணிலாடும் அறை

நீர் நிறைந்த விழிகளைப் படித்தாயென உன்னை
வெறுக்கப் பழகிக்கொண்டிருக்கும் அவளுடைய
பசுங்கிளையிலிருந்து தன்னைப்
பிரித்துக்கொண்டுவிட்ட இந்த நல்ல அணில்
ஈரமும் இரவும் குழைந்திருக்கும் உன்
புராதனப் பரணுக்குத் திறந்திருக்கும்
சன்னல் வழியே குடியேறுகிறது.
பாம்புகளின் பசித்த கண்களுக்குச்
சிக்காத உயரத்தில் வளையமைத்துக்கொள்கிறது.
இரவில் அதற்குச் சொல்லவென்று நீ சில
சிறந்த கதைகளைத் தேர்ந்தெடுத்திருக்கிறாய்.
வாக்குறுதிகளால் போதை வெறுத்த
அந்தி நேரங்களின்
மந்தகாச நினைவுகளுடன் அஃதோடு சிலசமயம்
காதல்கொள்ளவும் முயல்கிறாய்.
நல்ல அணில்
அவளால் செவியுற அனுமதி மறுக்கப்பட்ட
தன் குரலைப் புதைக்க
உன் புத்தக அலமாரியில் இடமுண்டாவெனத்
தேடிப் பரபரக்கிறது.
இந்திரனையும் அக்கினியையும்
சோமபானத்திற்கழைக்கும் ரிக் வேத ரிஷிகளின்
சூக்தங்களால் சோர்வுற்றுத் தன் கடுகுக் கண்களால்
தாளிடப்படாத சன்னலைக் கவனிக்கிறது.
பின் தாவி வெளியே சென்று
அவள் குரலைக் கொறித்துக் கொண்டுவந்து
குறுந்துகள்களாகப் பரணில் சேர்த்துத்
தன்னைப் புதைத்துக்கொள்கிறது.

06.08.2010
புது விசை

சொல்லப்படும் நிலவு

பார்க்கப்படும் நிலவைப் போன்றதல்ல
சொல்லப்படும் நிலவு.
மயங்கிய மாலை வேளைகளின் துடுப்போசைகளுக்கப்பால்
துங்கபத்திரையின் அலைகளில் தத்தளித்துக்
கரையொதுங்கும் அமிலக் கசிவுகளை
அது அறிந்ததில்லை.
ஹம்ப்பியின் வருடாந்திர வர்ணங்கள்*
இறைத்துவிட்டுச் செல்லும் வெறித்த வானமும்
கூடுதல் தனிமையும்
அதற்குப் பழக்கமானவையுமல்ல.
ஒரு புத்தக அலமாரியின்முன்
அல்லது ஒரு வலையிருக்கையிலிருந்தே
எப்போதும் உதயமாவது கண்டுபிடிக்கப்பட்டபின்னும்
தன்னை ஒரு ரகசியமாகவே
தக்கவைத்துக்கொள்ளும் தந்திரங்கள்
பார்க்கப்படும் நிலவு மட்டுமே அறிந்தவை.
கூட்டாஞ்சோறோ
சாதியற்ற காதலிகளோ
கவிதையின் சிக்கல்களோ
ஏமாற்றப்பட்ட தாய்களோ
கண்ணீர் தெறிக்கும் போதையின் உளறல்களோ
சொல்லப்படும் நிலவினடியிலும்
பகிர்ந்துகொள்ளப்பட்டிருக்கலாம்தான்.
ஆனால் அவை சொல்லப்பட்ட வேளைகளில்
அவர்களுடைய நிலவு
சொல்லப்படும் நிலவாய் இருந்திருக்காது.
அழிந்த நகரத்தின் பாறையிடுக்குகளிலிருந்து
பிடிவாதமாய் ஒரு உருவமற்ற தாவரத்தைப்போலத்

திரும்பத் திரும்ப முளைத்தெழுகிறது அது.
மேடு பள்ளங்கள் நிரம்பிய வன வழிகளினிடையிலிருந்து
ஒரு தேவதையின் உதடுகளால் உச்சரிக்கப்படும்போது
தீராத துயரம் காமம் மற்றும்
வாதைகளின் உருவகமாயும் மாறுகிறது.
மேலும் சொல்லப்படும் நிலவு
எப்போதும் இரவுகளற்றதாயிருக்கிறது.

14.02.2011
மணல்வீடு

* வருடந்தோறும் கர்நாடகா சுற்றுலாத் துறையினரால் ஹம்ப்பியில் ஏற்பாடு செய்யப்படும் ஹம்ப்பித் திருவிழா

நீளா·

தவிர்க்கவியலாமல் அவள் மீண்டும் ஒரு தடை
செய்யப்பட்ட
சொல்லைத் தன் விரல்களிலிருந்து வழிய விட்டுவிட்டாள்.
இந்த முறையும் அவளுடைய நிழல் அவளை
வென்றுவிட்டது.
கண்களில் நீர் தெறிக்க வலியுடன் தலையைப்
பலமாக அசைத்து அவள் அதை மறுக்கிறாள்.
நான் இதை விரும்பவில்லையென்கிறாள்.
தயவுசெய்து போகாதேயென்கிறாள்.
ஆனாலும் நிலவு ஒளிரத் தொடங்கியதும் வழக்கம்போலந்த
நிழல்
வீதிகளின்மேல் படரத் தொடங்கிவிடுகிறது
கோப்பைகளை உயர்த்தும் மன்றங்கள்
கால்கள் தள்ளாடும் சாலைகள் மற்றும் கவியரங்குகளில்
தன்னை வரவேற்கக் காத்திருப்பவர்களை நோக்கி.
அவர்கள் அறிவார்கள்
பிரதி எழுதப்பட்டவுடன் அதை அபகரித்துக்கொள்வதைப்
புதிய தர்ம சாஸ்திரங்கள் அனுமதிக்கின்றன என்று.
மேலும் சிறப்பாக அவை
பெண் பிரதிகளுக்கே பொருந்துகின்றன என்பதையும்.
அவர்கள் அறிவார்கள்
இந்த இரவின் நிலம் முழுவதையும் கோப்பைகளின்
மன்றமாயும்
தள்ளாடும் சாலைகளாயும் கவிதையரங்குகளாயும்
எப்படி மாற்றுவது என.
பின்னர் அது ஒருபோதும் போதை வசப்படாதவள்
ஒவ்வொருவனுடனும் பகிர்ந்துகொள்ளும் மதுவாயும்
யாருடனும் பிரசன்னமாகாதவள் யாருடைய
அந்தரங்கத்தினுள்ளும்

நடந்து செல்லும் சாலையாயும்
வாசிக்கவேபடாதவளுடைய கவிதைகள் எல்லாப்
பொழுதுகளிலும்
அரங்கேறும் கவிதைச் சந்திப்பாயும் மாறுகிறது.
வண்ணங்களைக் கரைக்கும் நிழல்
தங்கள்மேலும் படர்வதைப் பொறுக்கவியலாத பெண்கள்
அவளை
வசை பாடிக்கொண்டே மன்றங்களைவிட்டு விலகித்
தங்கள்
இருப்பிடங்களுக்குள் நகர்ந்து மறைகிறார்கள்.
பின் மன்றங்களில் மிகுந்திருப்பவர்கள்
கண்ணீரின் ஈரம் படிந்த சொல்லின் நிழலைக்
குறிமயிரை நீவுவதைப்போல நீவிச் சுகிக்கிறார்கள்.
மார்க்ஸை அவள் விரை நீக்கம் செய்வதை
பார்த்தேனென்றுவிட்டுத் தன் கைகளை மற்றவர்கள்
முத்தமிடக் கொடுக்கிறான் ஒருவன்.
அவள் என் மனைவியைப் புணர்வதுண்டு
ஏனெனில் என் மனைவி ஒருபோதும் அவளாக மாறத்
தயாராக இல்லையென்பதால் என்கிறான் இன்னொருவன்.
போதை நாறும் வாய்களுடன் அவனையும் முத்தமிடப்
பாய்கிறார்கள்.
இந்த நிழலுக்கு இரண்டு முலைகளையும் ஒரு
யோனியையும்
உருவாக்கும் வல்லமையை நான்
என்று பெறுவேனென அங்கலாய்க்கிறான் ஒரு புதிய
அங்கத்தினன்.
நிழலைத் தியானி என்கிறது கூட்டுக் குரல்.
திடீரென எழுந்து நின்று கைகளை விரித்து வானை நோக்கி
அவளென்ன பேருருவா என்று அலறுகிறான்
விரகத்தில் பித்தான பழையவன்.
பிறகு சாந்தி கொள்கிறான்.
அவளை மறுப்பதும் தியானத்தின் ஒரு அங்கமே.
அவர்கள் கலைய விருப்பமில்லாதவர்களாயிருக்கிறார்கள்.
அவர்கள் தங்கள் பெண்களைப் பறிகொடுத்திருக்கிறார்கள்.
அவர்கள் நிழலின் கனத்தைத் தாங்கிக்கொள்ள முடியாமல்
அரற்றுகிறார்கள்.

நிலம் முழுக்க இருண்டு கிடக்கிறது.
நிழலைப் பறிகொடுத்தவள் மட்டுமே கண்கூசும்
வெளிச்சத்தில்
மேசையின்முன் அமர்ந்திருக்கிறாள்.
அவளுக்கு அனாதைமை பொறுத்துக்கொள்ளவியலாததாய்
இருக்கிறது.
அவளுக்கு ஒரு நிழல் தேவைப்படுகிறது.
அவள் தன் எழுதுகோலைத் திரும்ப எடுக்கிறாள்.
அவளுக்குத் தெரியும்
அது ஒரு தண்மையான நிழலை உருவாக்க வல்லது என்பது.
அது உடனே தன்னைவிட்டு அகன்று சென்றுவிடுமென்பதும்.
அவள் கண்ணீருடன் தலையசைத்து
இல்லை என ஒருமுறை மறுத்துக்கொள்கிறாள்.
பிறகு தவிர்க்கவியலாமல்
தடை செய்யப்பட்ட அடுத்த வார்த்தையை எழுதத்
தொடங்குகிறாள்.

07.06.2011

* நீளா – விஷ்ணுவின் மனைவிகளில் ஒருத்தி. நிழல் வடிவத்தினள்; அல்லது உருவிலி.

வான்காவின் மஞ்சள் மலர்கள்

இந்த நாளை நன்னிகழ்வுகள் நீர்நிலையைத்
தேடிவரும் விலங்கைப்போல நெருங்குகின்றன.
காதலிகளுக்காக அரிந்து அர்ப்பணிக்கவெனத்
தரித்திருக்கும் உறுப்புகளை அவசரப்பட்டுத்
துப்பாக்கிக் குண்டுகள் சிதைத்துவிட்டதாகச்
செய்திகள் வெளியாகவில்லை.
அருவிகளை நோக்கிய பயணங்களையும்
இடை விடுதிகளில் கன்னி முத்தமிட்டுப்
புணர்ச்சியும் பழகும்முன் காதலர்களை அழைப்பதாக
ராணுவம் இன்னும் அறிவிப்பிடவில்லை.
ரெயில்வண்டி விளையாடப்போன சிறார்களின்
பைகளில் பலப்பத்திற்குப் பதில் இரகசியமாக
ஆயுதங்களைப் பதுக்கியதாக யாரும்
வாக்குமூலம் அளிக்கவில்லை.
வெளிறிய சூரியகாந்திகளின் தண்டடியில்
குவளையில் உயிர்த் தண்ணீரைச் சைத்ரீகன்
கற்பனை செய்யும் நாளாக இது அமைந்துவிட்டது.
ஆசீர்வதிக்கப்பட்ட இந்த நாள்
பிரேதம்போல் அமைதி காக்கிறது.
பிரேதம்போல் சில்லிட்டிருக்கிறது.
பிரேதம்போல் வெளிறியிருக்கிறது.
ஒரு கையசைப்பாலும் புன்சிரிப்பாலும்
உயர்த்திய மதுக் கோப்பைகளாலும்
இந்நாளின் கொண்டாட்டங்கள் துவங்கப்படுகின்றன.
நேற்றின் வாதையும் நாளையின் அச்சமும்
சூழ்ந்த கடல் நடுவேயொரு தனித்த தீவு
மென்னசைவுத் திரைப்படக்
காட்சிபோலவர்களால்
அசைந்து கடக்கப்படக் காத்திருக்கிறது.

13.03.2011

உருமாற்றம்

சிறகுகளின்மீதான ஆசை
தினமும் அவளை வதைக்கிறது.
குதிகால் வெடிப்புகளிலும்
நகக்கண்களிலும்
அழுக்கில்லாத தொலைவிற்கும்
(அல்லது நகங்களும் குதிகால் வெடிப்புகளும்
இல்லாத ஒரு தேசத்திற்கு)
வியர்வையும் மாதவிடாய் ரத்தமும்
ஒழுகாத உயரத்திற்கும்
(அல்லது சுரப்பியும் யோனியுமற்ற
அந்தர வெளிக்கு)
தன்னைக் கொண்டு செல்லும்
ஒரு ஜதைச் சிறகுகளைக்
காய்கறிகளுக்கிடையிலும்
பாத்திரங்களினடியிலும்
அவள் தேடித் தவிக்கிறாள்.
மாறாகத் துயரங்களின் பளு தன்னை
இன்னும் தரைதட்டாத பள்ளத்தை
நோக்கியே இழுக்கிறது என்று
உன்னிடம் புலம்புகிறாள்.
தேவதை என அவளை நீ
விளித்தவொரு மாலையிலிருந்து
அவள் பாடு இவ்விதமாய்க் கழிவதை
நீ பார்த்துக்கொண்டிருக்கிறாய்.
அவ்வப்போது குழந்தையின் பீத்துணியைத்
தன் தோள்களின்மீது
ஒட்டவைத்துக்கொண்டு
குழந்தைகளும் தேவதைகளின் உலகத்தைச்

சேர்ந்தவர்கள்தானே என்று
கேட்டுவிட்டு உன் பதிலுக்காக
அவள் ஆவலுடன் காத்திருக்கிறபோதெல்லாம்
மிகத் தாமதமாக உன் கண்களில்
கண்ணீர் பெருகுகிறது.
அவளை நீ
அந்தப் பெயரால் அழைத்திருக்கக் கூடாது.

10.04.2010
காலச்சுவடு

என் காதல் மட்டுமா நான்

அந்தக் கொடுஞ்சொல்லை
அவள் வீசியெறிந்து
சில மாதங்களாகிறது.
வானலையில் அதைக் கடத்திவந்த
இரக்கமற்ற கருவியை
இன்னொருவன் கண்டுபிடித்துச்
சில வருடங்களாகிறது.
உன்னில் வடு தருமொரு சொல்லைப்
பின்பொருநாள் சொல்வாளென்று
முன்னறிவித்த தமிழ்ப் புலவன்
ஈராயிரத்துப்பத்து வருடங்களுக்கு முன்பு
வாழ்ந்திறந்தான்.
பைத்தியமாய் உக்கிரமாய்
வேடிக்கையாய் மௌனியாய் அலைகிற,
எண்ணிலாக் கோடி யுகங்களுக்குப்பின்
கிடைத்தயிவ்வரிய வாழ்வுக்கு
அவளுடைய ஒற்றைச் சொல்லிலிருந்து தப்பிக்க
இன்னும் என்னென்ன முகமூடிகளை
அணிவித்துத் திரியவிடுவது.

13..05.2010
புது விசை

மந்திரக் குழல்கள்

எதிர்பாராத இசைக்கோலங்களை உருவாக்குபவையும்
ஒருமுறை இசைத்ததை மறுமுறை இசைக்காதவையுமான
சீனதேசத்து உலோக உருளைகளை
நீ அவளுக்குப் பரிசளித்தபோது
மந்திரத் தன்மை கொண்டவையென்றாய்.
காதலும் கலவியும் வழக்கொழிந்த
விதவைகளின் தீவைக்
கனவில் அவை வரவழைக்கக்கூடுமோ என்றாள்.
பிறகு தாளை நீக்கிக்
கதவைத் திறந்து திடுக்கிடும்படி
தென்திசை வெளியை இருள் அப்பியிருந்ததை
நீங்களிருவரும் கண்ணுற்றீர்கள்.
அன்றிலிருந்து
எப்போதும் முனையில் ஒரு துளிக் கண்ணீர்
பழுத்துத் தொங்கும் பளிங்குப் பாங்கான
உரையாடல்களையே
அவள் உனக்குப் பரிச்ளித்துக்கொண்டிருக்கிறாள்.

20.07.2010
புது விசை

வலியின் கடல்

நிழற்பறவையின் சிறகுகளின்கீழ்
உன் கருவி நோக்கி அவள்
நடந்து வரும் பழுப்பு நிறப்
புகைப்படமொன்றைக் கண்டடைவாய்.
வலியின் அஸ்தியைக்
கரைத்துவிட்டுக் கரையேறும்
மந்தகாசம் முகத்தில்.
பறவையின் பிம்பத்தைத்
தக்கவைக்கப் போராடும்
கடலின் பதற்றம்
தண்டுவடத்தில்.

28.02.2011

ஒரு புத்தகம் அல்ல அவள் கேட்பது

மேடை நடனங்களைப்போல முத்தங்கள்
பகிரப்பட்டுக்கொண்டிருக்கும் இந்நாட்களில்
முத்தமென்கிற உச்சரிப்பே அவளை
முகம் சிவக்கச் செய்வதாய் இருக்கிறது.
வாழ்த்துக்கள் நெகிழிப் பொட்டலங்களுக்குள்ளும்
காலம் மணிக்கட்டிலும் இடம் மாறிய காலக்கட்டத்தில்
ஒரு ரோஜாவையும் சில
கண்ணாடி வளையல்களையும் அவள் உன்னிடம்
வேண்டி நிற்கிறாள்.
வழி தவறிய குழந்தையின் வினவலை
நினைவிற்குக் கொண்டுவருகிறது அது.
ஒடுக்கப்பட்டவர்களின் இயல்களுக்குள்
வெகு தொலைவு பயணித்துவிட்டபின் இனி
மலர்களுக்கும் அணிகளுக்கும் திரும்புதலென்பது
துர்லபம் என்கின்றன புத்தகங்கள்.
எனினும் ஒரு ரோஜாவையும்
சில கண்ணாடி வளையல்களையுமொத்த
எளிமையான தந்திரங்களை அவை உனக்குப்
போதிக்கத் தவறவில்லை.
தொலைவு
விடுமுறை
அல்லது கிடைப்பருமையென ஏதோவொன்று.
மேலும் அவை அவளை எளிதில்
திருப்திப்படுத்திவிடுகின்றன.
சமாதானத்துடன் தலையசைத்துக்கொள்கிறாள்.
பின்பு கதவைத் தாண்டி வெளியேறும்
உன்னை நிறுத்தி
இயல்களால் கடக்கவியலாத முத்தமொன்றைப்
பெருமூச்சுடன் பரிசளிக்கிறாள்.

24.05.2011
361 டிகிரி

தவிர்த்த கவிதை

மன்னிக்கவும் நண்பரே நான்
தவறுதலாக எதையும்
பேசிவிடவில்லை.
அந்த அறையின் உத்திரங்களுடன்
உரையாட முடியுமானால்
உண்மையை நீங்கள் அறிந்துகொள்ள முடியும்.
நீங்கள் கவிதை எழுதுபவரா,
எனக்குத் தெரியாது.
அங்கே உலவ விட்டிருந்த கவிதை
உங்களுடையதுதானா,
அதுவும் எனக்குத் தெரியாது.
அங்கே ஒரு கவிதை இருந்தது.
அதைச் சுற்றிச் சிலர் அமர்ந்திருந்தார்கள்.
நானும் அவர்களுடனிருந்தேன்.
எல்லோருக்கும் அது
செல்லமாய் இருந்தது.
எல்லோரும் அதைத் தன்னிடமே
வருமாறு அழைத்துக்கொண்டிருந்தார்கள்.
யாரிடம் செல்வதெனத் தெரியாமல்
அது விழித்துக்கொண்டிருந்தபோது
குழப்பத்தைக் குறைக்குமென்று
நம்பி மட்டுமே நான் அதனிடம்
என்னை வேண்டுமானால்
கழித்துக்கொள்ளேனென்று சொல்லிவைத்தேன்.
ஆனால் நண்பரே
நிச்சயமாக எனக்குத் தெரியும்
அங்கே ஒரு கவிதை
இருந்ததென்று.
மேலும் நண்பரே
அதை நான் தவிர்த்த கணத்தில்
அங்கே இருந்திராத உங்களை
நிச்சயம் அது
நானாக உணர்ந்திருக்கும்

(நரனுக்கு)

09.06.2011
361 டிகிரி

திருப்புக்குழி

திருப்புக்குழிக்கும் நாசிக்கிற்குமிடையில்
ஏதோவொரு யுகத்தின் யுத்தம்.*
பறவைகளைப் பிரதிபலிக்கும்
திருக்குளத்திலிருந்து கிடைப்பதா உனக்கும்
தலபுராணம் ஜெபிக்கும் பிராமணருக்கும்
ஜடாயு மோட்சத்தின் ரகசியம்.
தேன்கூடுகளைச் சீண்டிவிட்டு மாடங்களில்
பதுங்கிக்கொள்ளும் புறாக்களின்
புராதன முனகல்கள்
புராணங்களின் மூலத்தில்
மொழிபெயர்க்கப்படவேயில்லை.
ஈனும் விலங்கு இணையைத்
தள்ளுவதைப் போலச்
சீதையின் வழியைச் சூல்கொண்ட
துயரத்திலிருந்து உன்னைத்
தூர விலக்கும் திருக்குளத்துப் படித்துறையின்மேல்
இடம் மாறிய ஸ்ரீதேவிக்கும் பூதேவிக்கும்
நடுவிலொரு தாமரையாய் விரிந்த
உள்ளங்கைகளுக்குள் குனிந்து
பசியைக் கவ்வி நிமிரும்
திருப்புக்குழிப் பறைச் சேரியுறை
நிழற்பெண்ணின் வாயெல்லாம் ததியோன்னம்**
உதட்டோரம் கழுகிறைச்சி.

09.04.2011

* ஜடாயு மோட்சம் திருப்புக்குழிக் குளத்தில் நிகழ்ந்ததாகத் தலபுராணம் சொல்கிறது; அது நாசிக்கில் நடந்ததாக வரலாறு சொல்கிறது.

** ததியோன்னம் – திருப்புக்குழிக் கோவிலில் காலையில் படைக்கப்பட்டு வினியோகிக்கப்படும் தயிர்ச் சோறுப் பிரசாதம்.

அடை

என்றாலும் அவள் உனக்குத் தன்
வாயிற்கதவை இறுகச் சாத்திய பிறகே
உனக்கான கோடை துவங்குகிறது.
உன் சாலை வெறிச்சிடுகிறது.
மத்திகிரி நாற்சந்திப்பின்
பிரசித்தி பெற்ற திகைப்பூட்டும் காலம்
புராணங்களுக்கும் சரித்திரங்களுக்கும்
இன்றைக்கும் நேற்றைக்கும்
நடுவே உன்னை நிறுத்திவைக்கிறது.
நோயுற்றவனின் கனவைப்போலப் பதற்றத்துடன்
அவள் வாசலில் நீ
திரும்பத் திரும்ப நிகழ்கிறாய்,
எப்போதும் உதிர்ந்துகொண்டேயிருந்த பின்னும்
நூற்று முப்பத்திரெண்டு பூக்கள்
எண்ணிக்கை குறையாமல் இருக்கும்
பன்னீர் மரத்தை வியந்தபடி.
உனக்காக ஒரு புழுக்கமான மதியம்
அந்தக் கதவைத் தட்டியிருக்கலாம்.
மின்தடை சன்னலில் ஒரு
சிறு பிளவை உண்டாக்கியிருக்கலாம்.
இவை நிகழவில்லையாயினும்
புணர்ச்சியின் ஆவேச முனகலையேனும்
காற்று உன் காதுகளில் தெளித்திருக்கலாம்.
அவள் உலகமோ
ஒரு அஞ்சலட்டையைக்கூட உள்ளே
அனுமதிக்காத இறுக்கத்தில்
கோடையைத் தியானித்துக்கொண்டிருக்கிறது.
பின்பு பருவத்தைக் குறுக்கே வெட்டிப்
பெய்த சிறு மழை சில
அதிகமான பூக்களை நிலத்தில்
உதிர்த்தவொரு நாளில் கதவு திறந்து
பரபரப்படையத் துவங்கும் சாலைக்குச்
சீருடையுடன் ஒரு சிறுமியைக்
கருணை கூர்ந்து அனுப்பிவைக்கிறது.

17.06.2011

வார்த்தைகளின் கரை

பேச்சைப் பற்றிக்கொண்டு
உயிர் வாழும் அன்பையே வளர்த்துக்கொள்கிறாய்.
எனினும் பழக்கத்தின் மௌனம்
தவிர்க்கவியலுவதாயில்லை.
ஒற்றை வார்த்தையை
இரண்டாய்ப் பிளந்ததைப் போன்ற
அர்த்தமற்ற இரு சொற்கரைகளின் நடுவே
வெறுமையாய்க் கனத்துத்
தொங்குகிறது அது.
உதிர்ந்த சொற்களோடு
புதிய சொற்களையிணைத்து
மௌனத்திற்கு உயிரூட்டப்
பின்பொருநாள் நீ போராடுவாய்.
உன் கலைவாணி
காதலின் மறு சொல்லைத் தேறாதவரை
உனக்கந்த ஞானம் லபிக்கப் போவதில்லை.
உடைந்த வார்த்தைகளின் முதுகில்
நட்பின் மூன்று கோடுகளையிட்டு
மறுகரைக்கு நீயொரு
பாலம் கட்ட முனையலாம்.
படுகையில் பாயும்
பெருமழைக்கால நதியைப்போலக்
கரைகளை விலக்கிக்கொண்டேயிருக்கும்
அவள் கையின்
ஒற்றை லிபி.

26.02.2011
மணல்வீடு

புத்தொளி

பின்னலிலிருந்து சீப்பைக்
கழற்றியெறியும் உன் வழக்கமான
செய்கையில் சிறப்பாய்ச்
சொல்வதற்கு என்னயிருக்கிறது.
மேலிருந்து வீழுமிந்த
மாலைக் கிரணம் சீப்பின்மேல்
அன்றாடம் பிரதிபலித்துச்
சோபையுறுகிறது என்பதைத் தவிர.

20.03.2011

கொல்லப்படுவது குறித்த விசனம்

நிகழ்த்தவிருக்கும் கொலையின் சலனம்
சிறிதுகூட அவன் முகத்தை
விகாரப்படுத்தியிருந்ததாய் நீங்கள் பார்க்கக்
கூடவில்லை.
நீங்கள் பார்த்ததெல்லாம்
ஒளிந்திருப்பதாய்ப் பாவனை செய்யும்
கத்தியின் கூர்மை
உறைக்கு வெளியே சுடர்விடும் அதிசயத்தை.
இறைஞ்சும் உங்கள் பார்வை
சில்லிட்ட பிம்பமாக அவனை நகரவிடாது
உறையச் செய்திருப்பதை
நீங்கள் பார்க்கிறீர்கள்.
நீங்கள் பார்க்கிறீர்கள்
உங்கள் விழிகளின் ஒரு கண இமைப்பிற்காய்
பார்வையின் சுவர் உடைபடுவதற்காய்
அவன் நெடுநேரமாய்க் காத்துக்கொண்டிருப்பதை.
பிறகு நீங்கள் பார்த்துக்கொண்டேயிருக்கிறீர்கள்
தள்ளாடியபடி அவன் கால்கள்
திரும்ப நடந்து செல்வதை.
இருக்கை விளிம்பின் புறத்தே
குருதி வடியும் அவன் உடல்
குப்புறத் துவண்டு வழிந்தோடியிருப்பதை.

2005
புது விசை

வேற்றுலகக் கவிதை

என்னைத் தாண்டிய உலகைப்
பார்க்க மறுக்கும் உன் பிடிவாதத்திற்கு
என்னைத் தாண்டிய
உலகின் வார்த்தைகளையே
பரிசாகத் தரவேண்டியிருக்கிறது
நித்யா.

20.03.2011

மகதலேனா

வனாந்தரத்திலே உதிரும் சாத்தானின்
ஆசை வார்த்தைகளாய்
இடி முழக்கத்துடன் விடாமல்
புலம்பும் மழையின்
துளிகளுக்கு நடுவே அவள்
மௌனத்தைச் செவியுற்றபடியிருக்கிறாய்.
தாளிட்டுக்கொண்ட நாவின் கானகத்தில்
அலைந்து திரியும் யேசுவின்
நினைவில் பொழிந்துகொண்டேயிருக்கிறது
பெரும் இரைச்சலுடன்
ரட்சிப்பின் நினைவு.

09.10.2011

இந்த இரவு

கனத்த முலை பிதுக்கும் பாலுக்கும்
வெளியைக் கவ்வும் பனிக்கும் மற்றும்
நிசிக்குமாகத் தன்
செல்லச் சிசுவை அணைத்தவளின்
தோளில் வழியும் கிழிந்த துப்பட்டா
உனக்கெதை நினைவுறுத்துகிறது.

1. குறுக்கே நிற்கும் சரக்கு வண்டியின்
   சக்கரங்களினூடே
   அப்பாலிலங்கும் புகைவண்டியிலிருந்து
   இப்பால் நிற்கும் சக்கர வண்டிக்குள்
   மீன்களை வழித்துக்
   கடத்துகிறார்கள் அவர்கள்.

2. நிலத்தை ஒருத்தியிடம் விட்டு
   நினைவைத் தன்னுடன் மீட்டுக்
   கொண்டுவந்த
   நேற்றைய பயணியின் துயரம்
   கடைசிப் பெட்டி நிற்கும் நிலத்தை
   மூடுபனியெனத் தடவிச் செல்கிறது.

3. விரலிடுக்கில் கனியும் நெருப்புத்
   துளியின் வெளிச்சம்
   செதிள்களைப் பிரதிபலிக்கப் போதாதெனினும்
   உன் உடலெங்கும் வழிகின்றன
   மீனின் கண்கள்.

4. மூடைகளிலிருந்து கசிந்து
   அவள் மடியருகே பெருகும்
   சாக்கடைக்குள் வழிகிறது
   மீதமிருக்கும் கடல்.

12.03.2011

முத்தியால் மடுவின் மோகினி*

காகிதக் கோப்பைகளில் கூத்தாடிக்கொண்டிருக்கும்
பகார்டியில் ஆரஞ்சுத்
துண்டங்களை மிதக்கவிட்டு, இளங்கோ,
அமாவாசை புண்ணியகாலத்தில்
கீறலை ஏற்படுத்திவிட்டாய்.
இவனுடைய தேம்பல் அருவியின்
முதல் துளியில் எதிரொலிக்க
சுனையில் நீராடும் தேவதைகளுக்குச்
சிறகுகளையளிக்காதிருந்ததற்காகக்
கடவுளுக்கு நன்றி சொல்லி ஒரு மிடறு.
பின் அதே சுனையின் அடிப் பகுதியிலிருந்து
கோப்பையில் நீரெடுத்துக்
கூடுதல் போதைக்காக மற்றொரு மிடறு.
ஒரு கவிதையைத் தவிர்த்து
வேறெதுவாக நீர்த்திரைக்குப்
பின் நிகழுமிந்த மகத்துவம் இருக்க
முடியுமென்று சொல்லித் தலையைக்
கவிழ்ந்துகொள்கிறான் இவன்.
கவிதைக்குள் அவளை நிகழ்த்துவதைத்
தவிர்த்து வேறெதுவாக
இந்த மகத்துவம் நிகழ்ந்துவிட முடியும்
என்று சொல்லியிருக்கவேண்டும்.
மேலேறிச் செல்லும் படிகளில்
ஈரப் பாதங்கள் வரைந்த ஓவியங்களின்
நடுவேயொரு உதிர்ந்த ரப்பர் கூந்தல் வளையம்
ஒரு ரோமக் கீற்றுடன்.
ஒரு மல்லிகை மலருடன்.

கண் கலங்க மூச்சை ஆழ உள்ளிழுக்கிறான்.
ஓ இளங்கோ
எப்படிக் கண்டுபிடித்துவிடுகிறாய்
உருவிலிகளின் இருப்பை.

(கோணங்கிக்கு)

06.02.2012

* கர்நாடகா எல்லையிலிருக்கும் ஆனேகல் என்கிற சிற்றூரில் உள்ள ஒரு சிறிய அருவித் தலம். முத்துக்களின் பள்ளத்தாக்கு என்று பொருள்.

தனியே ஒரு முத்தம்

உதிரப்போக்கின் கசகசப்பும் மருந்துகளின் கசப்பும்
உறக்கத்திலிருந்து பிய்த்தெடுக்கும் காலங்களில் அன்பே
நான் முத்தமிடப்பட விரும்புகிறேன்.
முன்பின் தொடர்ச்சியற்ற ஒரு தனித்த முத்தத்தை
ஒருபோதும் காதலிடம் காட்டியதான குறிப்புகள்
ஏதுமற்ற உன் முத்தங்களின்
நெடிய வரலாற்றையெண்ணி அஞ்சுகிறேன்.
கருப்பையில் விழும் ஸ்கலிதமாய் உதடுகளில்
சொட்டியவுடன் கை கால்களும் ஒரு ஆண் குறியுமாய்
உயிர்கொள்ளத் துடிக்கும் முத்தங்களின் சுமை
தாங்கவியலாதபடி கனக்கிறது.
மலட்டுக் கலவியின் தூய பரவசம்
தெரியுமுன்பே முத்தமிடக்
கற்றுக்கொண்டுவிட்ட மனிதயினத்தைக் கடவுள்
அன்பின் தோட்டத்திலிருந்து வெளியேற்றியது
சரிதானென்று அப்போது தோன்றுகிறது.
முத்தம் எனக்கொரு வளர்ந்த ஆண்.
உனக்கு விரல்கள் தேவைப்படும்
நடக்கத் தெரியாத குழந்தை.
முத்தம் எனக்கொரு தீவு.
உனக்குக் கடற்கரை.
இருந்தும் அன்பே
நினைவுகளை மயக்கியென்னை நீள உறக்கத்திலாழ்த்தும்
முத்தம் தேவைப்படவே செய்கிறது.
உதடுகளின்மேல் உறைந்த பரிவின் ஈரத்துடன்
தனியே சுழலும்படி ஒரேயொரு முத்தத்தால்
என்னை நிரப்பிப் பின் உடனே
நீங்கிச் சென்றுவிடேன் தயவுசெய்து.

13.09.2011

கப்பக்கல் மலையில் மழைந்துகொண்டிருக்கிறது*

கப்பக்கல் மலைமுகட்டில் அநாதிகாலம் துவங்கி
யின்னும் மழைந்துகொண்டிருக்கிறது.
முலை குளிர்ந்திருக்கிறாள் இயக்கி.
மேகங்களில் கால் வைக்கக் கூசுகிறது
என்றாள் நித்யா.
இயக்கி உன்னைப் பார்த்துக்
கண் சிமிட்டுகிறாள்.
குடையைச் சுருட்டிவைத்துவிட்டு
அசுரன் ஆரோகணித்த திசைப்பக்கம் வா.
பாறையைத் துளையிட்டிருக்கும்
யாளியின் குளம்படித் தடங்களில்
சலம்பிக்கொண்டிருக்கும் தெளிந்த நீருக்குள்
மெட்டியணிந்த விரல்களை மெல்லத்
தூறல்களோடு மூழ்கவிடுகிறாள்.
குளம்படிகளோடு இசையப்
புணர்கிறது உன் பாதம் என்கிறாய் நீ.
பாசி படர்வதைப்போல விரல்களின்மேல்
வரிகள் நீண்டு சுருங்கும் தோலைச் சுட்டி
வயதுதான் யாளி என்கிறாள் கவலையுடன்.
திரும்பி இயக்கியைப் பார்த்து
மலை முகடுகளுக்கும் மழைக்கும்
கதைகளுக்கும் போலவா என்று கேட்கிறாய்.
பெருமுலைக்குள் உங்களை
ஆதரவுடன் வாரிக்கொள்கிறாள்
இயக்கி.

13.09.2011

* ஒசூர் தாலுகா கலுகொண்டப்பள்ளிக் கிராமத்தில் இருக்கும் ஒரு குன்று

லோலிடா

குழந்தையிலிருந்தே துக்கிரியாய்
இருந்திருக்கக்கூடும்தான்.
நிலவையும் நட்சத்திரங்களையும்விட்டுத்
தொலைந்துகொண்டிருப்பதாய்ப்
பயணத்திலிருந்து செய்தியனுப்பினால்
கடற்கரையில் நிலவினடியில்
வைன் கோப்பை நிறைய நட்சத்திரங்களைச்
சேகரித்துக்கொண்டிருப்பதாய்ப் பதில் வருகிறது.
பின்னுமொரு பயணத்தில் துரத்தித் துரத்தி
எங்கோவொரு அரங்கின்
வாகனங்கள் பரபரக்கும் வாசலிலிருந்து
பூக்களின் பெயர்களை வரிசையாய் அடுக்கி
நிறங்களைப் பட்டியலிடச் சொல்கிறது.
உன் புனைவின் வண்ணத்தில் நானொரு
கிளியென்கிறது ஒரு கணம். மறுகணம்
என் கவிதைகளைத் தேடி
தெருத்தெருவாய்ச் சுற்றப்போகிறாயென்று
சாபமிட்டுத் திருமண விழாக்களைத்
தேடிப் போகச் சொல்கிறது.
"நெபக்கோவின் புத்தகமும்
குப்ரிக்கின் குறுந்தகடும் அன்பளிக்கப்படாமல்
தீர்த்துவிட மனமற்ற
இனிப்புப் பண்டமொன்றின் கடைசித் துண்டாய்

என்னிடமே எஞ்சிவிட்டதே
லோ
லீ
டா."
"பரவாயில்லை,
ஆனால் உன் கன்னத்தில் என் உதட்டுச் சாயமோ
ஐவிரல் தடமோ பதியும் கணம்வரை
உன் நா நுனியில் புரளும் வார்த்தையின்
மாற்று மதிப்பைச் சோதித்துப் பார்த்துக்கொள்ள
உன்னை ஒருபோதும் அனுமதிப்பதாயில்லை."
"கடைசியாகப் பயணத்தின் விரைவில்
தொலைந்துகொண்டேயிருப்பதாக
உனக்கு எழுதியது நினைவிருக்கிறதா
லோலிடா.
இருந்திருந்தால் கிடைத்திருக்கலாம்
ஒரு குழந்தையின் கடல்."

(லீனா, உனக்கு)

08.03.2011
மணல்வீடு

மகத்தான புதினங்கள் தோற்றுவிட்டன

பின்னகர்ந்துகொண்டிருக்கும் கிழக்குத்
தொடர்ச்சி மலைகளின்மேல் நகராமலும்
சுழலாமலும் நிலைத்திருக்கும்
நீலநிறக் காலத்திலிருந்து
மீண்டும் கனத்துத் தொங்கத்
தொடங்கிவிட்டது நிலவு.
மகத்தான புதினங்கள் இந்த வருடமும்
தோல்வியுற்றுவிட்டதைக் கரகரத்த குரலில்
அலைபேசிகளும் அச்சு இயந்திரங்களும்
தொடர்ந்து அறிவித்தபடியேயிருக்கின்றன.
ஒரு கோப்பைத் தேநீர் மற்றும்
ஒரு புகைப்பிடிப்பிற்குப் பிறகு
மீண்டும் சாவு வீட்டை நோக்கிப்
பயணமாகிறது மகிழ்வுந்து.
அவர் மறைந்துவிட்டார்
கடைசிவரை மகத்தான புதினங்களின்
தோல்விகள்பற்றி எதுவும் தெரிந்துகொள்ளாமலேயே.
அன்னாரது உடல் கிழக்கிலிருந்து
தெற்காகப் பயணப்பட்டு வந்துகொண்டிருக்கிறது
சொந்த நிலத்தில் எரிவதை விரும்பி,
ஒரு புதினத்தின் கடைசிப் பக்கங்களில்
பயணிப்பதைப்போல.
நாங்கள் சந்தித்துக்கொள்வோம்
ஒரு எரியும் புள்ளியில்.
சற்றுப் பிசகினாலும் தத்துவங்களில்
சரிந்துவிடும் பள்ளத்தாக்கின் விளிம்பில்
துடித்துக்கொண்டிருக்கும்
அப்போது இந்தக் கவிதை.

06.01.2012

வார்த்தையிடம்

செல்லும் இடங்களிலெல்லாம்
அவள் வார்த்தைகளை
இறைத்துக்கொண்டேயிருக்கிறாய்.
எல்லாவற்றின் மேலும் அவள் குரல்
வழிந்து மின்னுகிறது.
ஓரிடத்தில் பிழையாய்.
பிறிதோரிடத்தில் மறதியாய்.
மற்றோரிடத்தில் உன்னை
நீயே கடிந்துகொள்ளுதலாய்.
பெரும்பாலும் நோயாய்.
நேற்றொரு சொல்லைச்
செவேலென்று வெட்கத்தில்
தோய்த்தெடுத்துக் கொடுத்தாள்.
பழுக்கக் காய்ச்சிய இரும்புத்
துண்டைப்போல் அல்லது
ஒரு பொன்மீனைப்போல்
தனக்கானவொரு புதிய இடத்தை
முடிவிலியான பிரபஞ்சத்தில்
சிருஷ்டிக்கிறது அது.

23.06.2011

கதைகளின் காடு

நேற்றும் அவள் உன் கதவுகளைத் தட்டினாள்.
நீண்ட பாதையும் பாதையெங்கும் அபினித் தாவரங்களும்
முளைத்த அதன் மறுபுறத்தினுள் கையில் ஒரு ஆயத்தக்
கவிதையுடன்
உன் அனுமதியின்றியே நுழைந்து தாளிட்டுக்கொண்டாள்.
சோகை நிலவொளியின் கீழ் தன் செம்முனை விரல்களைக்
கொடுத்துக்
கதைகளின் காட்டிற்குள் தன்னை வழிநடத்தும்படிக்
கேட்டுக்கொண்டாள்.
விரல்களின் வனத்திலிருந்து முளைத்தெழும் வார்த்தைகள்
ஏற்கெனவே நீ அறிந்தவையெனப் பிரமை கொள்ளும்படி
அவற்றிலிருந்து எழுந்தனர் புதிய கதை மனிதர்கள்.
அவர்களை நீ எழுப்பியதாகவே உன்னை நம்பச் செய்து
புன்சிரிப்புடன் அவர்களிடம் தன்னை
அறிமுகப்படுத்திக்கொண்டாள்.
உன் குரல் வழியே உருவாகும் தனித்த வெளியும் காலமும்
அவளுடைய மௌனச் செவியுறலின்
மோசமான மொழிபெயர்ப்புகளென்பதை
அறிந்துகொள்ளாமலேயே
கதைகளின் சுயபோதையில் மிதந்துகொண்டிருந்தாய் நீ.
அது உனக்கு அளிக்கப்பட்டிருக்கும் நல்வாய்ப்பு என்பதையும்
உன் நெடிய தனிமையின் காலத்தில்
உனதென நீ நம்பும் உன் கதைக் கடலின் ஒரு மீனையேனும்
உன்னால் நீந்தச் செய்ய முடியவில்லையென்பதையும்
அவள் ஒருபோதும் அறிவித்துக்கொள்ளவில்லை.
சஹிருதயர்கள் உருவாக்கும் மகோன்னதமான கதை
சொல்லிகளின்

வரலாற்றை அறிந்தவளாயிருந்தாள் அவள்.
அவள் வழியே நீ வாசித்த கதைகள்
உன்னால் சொல்லப்பட்டவையல்ல என்று
அறிந்துகொண்டபோது
உண்டான உன் ஸ்தம்பிதத்தைக்
கதை சொல்வதை நிறுத்திவிட்டதாய்ப் பாவனை செய்து
திடுக்கிட்டாள்.
பின், போதும் என்றாள் ஒருபோதும் தன்னைக்
கதைசொல்லியாய்
உணராத தொல்காலத்திலிருந்து.
கையில் ஒரு பலவீனமான கவிதையுடன்
அவள் உடலின் கதைகள் திறக்கப்படக் காத்திருக்கிறாய்.

18.02.2014
காலச்சுவடு

உன் இடம் அதுவல்ல

உனக்கென்று ஒரு கட்டமும் அதில்
உனக்கென்று ஒரு இருக்கையும்
எப்போதும் இருக்கிறதென்பதாலேயே
உன்னெதிரே ஒரு கட்டமும்
அதில் யாராவது அமர ஒரு இருக்கையும்
எப்போதும் உருவாகிக்கொண்டிருக்கிறது
எதிர் இருக்கையுடன் நீ
உரையாடத் துவங்கும்போதெல்லாம்
ஒரு குரல் உன் காதுகளில்
இங்கே வா உன் இடம்
அதுவல்ல என்கிறது
அது உன்னை அகற்றுவதற்குப் பதில்
ஒரு துப்பாக்கியைப்போல
உன்னெதிரேயிருக்கும் கட்டத்தில் வெடித்து
அதைக் காலி செய்கிறது
உனக்கொரு கட்டமும்
அதற்கொரு இருக்கையும் இருக்கும்வரை
உன்னெதிரே கட்டங்களும்
இருக்கைகளும் உருவாவதை உன்னால்
தடுக்கவியலாது என்பது அந்தக் குரலுக்குத்
தெரியுமெனினும்
உன்னைச் சுடாமல் தன் அழைப்பால்
எதிர் இருக்கையைச் சுடும் விளையாட்டை
தொடர்ந்து விளையாடிக்கொண்டிருக்கிறது
முகப்பில் கையொப்பமிட்ட
கவிதைப் பிரதியைப் பரிசளிக்காமல்
பெயரைச் சுமந்துகொண்டலையும் ஒரு நேசத்தை
பிரதிக்குள்ளிருந்து இடம் குறித்து
உன் செவிகளுக்குள் அரற்றும்
அது அறிந்திருக்கிறது.

27.02.2012
காலச்சுவடு

நயன்தாரா

மரண அறிக்கையின் வலது மேல்மூலையில்தான்
புகைப்படமாக உங்களை முதலில் பார்த்தேன் லதா.
சாவதற்குரிய தகுதியை நீங்கள்
அடைந்துவிட்டதாக முகச்சுருக்கங்கள் சொல்வதை
ஏற்றுக்கொள்ள முடியவில்லை.
இதேபோன்றவொரு அஞ்சலிக் கூட்டத்தில்தான்
முதன்முதலாகச் சந்தித்துக்கொண்டோம்
நினைவிருக்கிறதா.
அழகாக இருந்தீர்கள் நீங்கள்.
அமரத்துவம் அடைந்துவிட்டவரின்
சட்டமிடப்பட்ட பாதத்தில்
ஒரு தனித்த மலரை இணைத்ததைப்போல
கூட்டத்தை அத்தனை அற்புதமாக
அத்தனை மௌனத்துடன்
அத்தனை துயரத்தால்
முழுமை செய்துகொண்டிருந்தது அந்த அழகு.
எதிர்கொள்ளும் துணிச்சலற்ற
ஒவ்வொருவரையும் போலவே நானும்
வயதுக் காலத்திலாவது
உங்களைப் பிரதிபலிக்கும் ஒரு நடிகையை
ஏதேனுமொரு திரை இயக்குனர்
கண்டுபிடிக்கவேண்டுமென்று அப்போது
நினைத்துக்கொண்டேன்.
சாவைச் சுவைக்கச் செய்யும் அழகை
அல்லது சாவின் அழகைப் பிரதிபலிக்கும் ஒரு திரைப் பிம்பம்.
உங்களைக் கடக்கவே விரும்பாதிருந்தேன் லதா.
தெரிந்துகொண்டதைப்போல
நீங்களும் அங்கேயேதான் நின்றிருந்தீர்கள்
பல வருடங்களாக,
முடிவற்ற மரணங்களுக்கான அஞ்சலிக்கூட்டங்கள்
நித்யமும் கூட்டப்படுவதைப்போல வாயிற்கதவருகில்
அதே மந்தகாசத்துடனும் மௌனத்துடனும்
நிமிர்ந்து பார்க்கும் என் அவாவைத்

திரைப்படங்களை நோக்கித் திருப்பிவிட்டபடியேயும்.
கைப்பற்றிவிட்ட பரவசத்தை
அனுமதிக்காத அமானுடத்தைக் கொண்டிருந்தது
என்பதைவிட,
தரவில்லையென்று கோபப்படுவதற்கான உரிமையளிக்காத
மற்றமையாக இருந்தது என்பதைவிட,
புளிக்குமென்று விலக விடாத
வற்புறுத்தலாக விளங்கிற்று என்பதைவிட,
தனித்திருந்து சில நிமிடங்கள்
துக்கப்படக்கூட அனுமதிக்காத ஆறுதலாக
உள்ளே கனன்றது என்பதுதான்
உங்கள் பிரசன்னத்தின் மீதான என் புகாராக இருந்தது.
இன்று நீங்கள் என்னருகே நிற்கவில்லை.
உங்கள்முன் உங்கள் முகத்தை ஏறிட்டு உற்றுப் பார்த்தபடி
சிலையாக நின்றுகொண்டிருக்கும் இந்த வேளையில்
நம் முதல் சந்திப்பின் நாளைப்போலவே
குருவிகள் பயத்துடன் அலைபாய்ந்துகொண்டிருப்பதும்
பகலின் போர்வைக்குள் சுவர்க்கோழிகள் விடாது
பலவீனமாக மிழற்றிக்கொண்டிருப்பதும்
உங்களுக்குக் கேட்கிறதா.
உங்கள் பாதத்தில் ஒரு மலர் இணைக்கப்படுகிறது.
உங்கள் சேவை நினைவுகூரப்படுகிறது.
ரகசியமாய் உங்கள் நினைவாக ஒரு நடிகையின் முகத்தை
என் உலகிற்கு விட்டுச்சென்றிருக்கிறீர்கள். நன்றி.
வயதை ஒரு பாறையாக என்மேல்
உருட்டி வீழ்த்திக்கொண்டிருக்கும் அந்த முகத்தைத்தான்
வெட்கமின்றி உற்றுப் பார்த்துக்கொண்டிருக்கிறேன் நான்.

(சக ஊழியர் லதாவின் மறைவிற்கு)

11.02.2015
காலச்சுவடு

மீமனிதனின் மறதி

புத்தகங்களல்ல உண்மையில்,
பக்கங்களின் நடுவே தொலைந்துபோய்விட்ட
ஓலைநறுக்கொன்று
அவள் குரலைக் கொறித்துக்கொண்டிருக்கும்
பரண்மறைவு அணிலின்
முணுமுணுப்பை இறுகப் பற்றியபடி
நீ இப்போது தேடிக்கொண்டிருக்கும் பொருள்.
பழம்படுக்கையில்
அவள் அமர்ந்தெழுந்த தடங்கள்
தீர்ந்துபோன புத்தகங்களால்
நிரம்பி வழிவதாக அபோதத்தில்
உன் புலம்பலின் காரணம்
(நேற்றுவரை அது கதைகளின் வழியே
இங்கே வந்துசேர்ந்த
ஆங்கிலச் சிப்பந்தியின் பாடுகளைப் பற்றியதாக இருந்தது).
ஒரு மங்கலான ஞாபகத்தில்
அஞ்செட்டிக் காடுகளின்
தாகம் தீராத யானைகள்
பழுப்பு வர்ணத்தில் ஓலைநறுக்கின்மேல்
பதிவாகியிருந்தன.
(அல்லது அது கெலமங்கலத்தின்மீதான
திப்புவின் இறுதித் தீர்ப்பா).
ஆனால் நிச்சயமாகத்
தம்மபதத்திலோ
இரட்சண்ய யாத்ரீகத்தினுள்ளோ
அது இருந்துவிட வாய்ப்பில்லை.
அதன்பின்னே அவள் கையெழுத்திட்டிருந்தது
திருக்குறளின் மூன்றாமதிகாரத்திலிருந்து

ஒரு மேற்கோளுடனுமல்ல.
உன் தோள்களின் பின்புறமிருந்து
அவள் வாசித்த பக்கங்கள்
வெறுமையாகிக் கொண்டிருப்பது குறித்த
பதற்றத்திலிருக்கிறாய் நீ.
அலமாரிகளில் நிரப்பப்படும்
புதிய புத்தகங்கள்
எப்படியும் ஒரு ஓலைநறுக்கு தேவைப்படும்
(அவளால்) இன்னும் படிக்கப்படாத
பக்கங்களால் நிறைந்துவிடுமென்று நம்புகிறாய்.
கிரேக்கத் துன்பவியலின் வரலாறு அல்லது
உபநிடதங்கள் ஒருவேளை.
அவை ஒரு
மீமனிதனின் தோற்றம்பற்றியதாகவே
இருக்குமென்றும் ஏனோ கணித்து வைத்திருக்கிறாய்.

08.06.2015
காலச்சுவடு

தனிமை நாளில் குருதிப்பெருக்கு

வாடகை இணையப் பெட்டகத்தில்
நினைவுகளைப் பாதுகாத்து வைப்பதுபற்றி
நான் உன்னிடம் பேசிக்கொண்டிருந்தேனா
அல்லது நீ என்னிடமா.
நிஜத்திற்குள் பாதியும்
கனவிற்குள் மீதியுமாக உரையாடலைத் தொடர்வது
அசாத்திய யத்தனமாக இருக்கிறது அப்பா.
நழுவிக்கொண்டேயிருக்கிறேன் எல்லாவற்றிலிருந்தும்.
அகமதாபாதின் படுக்கைகள்
மாளாத உறக்கத்திற்குள் பொதிந்துகொள்கின்றன.
வஸ்த்ராப்பூர் ஏரிக்காற்றுக்கும்
இவற்றின் மயக்க வெளிக்குமான துவந்தம்
ஓய்வதேயில்லை.
நான்காவது நாளாக இன்றும்
இப்புனிதக் காய்ச்சல் உன் பிரியத்தின் தகிப்பாய் என்னை
எரித்துக்கொண்டிருக்கிறது.
சிறுபெண் நான்.
சில கட்டடங்களை எழுப்பவேண்டியிருக்கிறது
சில கட்டடங்களுக்குள் உயிர்க்கவேண்டியிருக்கிறது
இன்னும் கொஞ்சம் கதைகளைக்
கேட்கவேண்டியிருக்கிறது,
பாதியில் விட்டுவிட்ட புரட்சிகளின்
அந்த ரகசியத் திரைப்படத்தை
இடைவேளைக்குப் பிறகு கணினியில்
தொடரவேண்டியிருக்கிறது.
உட்சுவாசமாய் என்னுள் புகும்
இந்நகரின் காற்று
செந்நிறத் திரவமாய் என்னிலிருந்து வெளியேறுகையில்

நர்மதையின் வெள்ளம் என்னைக்
கிலிகொள்ளச் செய்துவிடுகிறது.
அச்சம் பிரிவு தனிமை
பசி அல்லது பழமை
எது என்னுள்ளிருந்து இத்தனை
மூர்க்கமாகப் பிரவகிக்கிறது
தெரியவில்லை
சர்க்கேஜ் நெடுஞ்சாலை தனிக் கிரகமாய் ஒருமுறை
தன்னைத்தானே சுற்றி வருகிறது.
அலைகள் முகந்து பார்க்கும் ஒரு எல்லையில்
நதிக்குத் தன்னை ஒப்புக்கொடுத்துவிட்ட
நீர்த் திவலையாய் நான்
கண்மூடி மிதக்கும் காட்சியைக்
கற்பனை செய்ய முடிகிறதா உன்னால்
அப்பா
என்னைக் கொஞ்சம் தூங்கவேண்டாமென்று சொல்லேன்.

06.08.2015
மணல் வீடு

லைலா

இரவுக் கடலின் மேல் ஒரு நீண்ட பயணத்தில்
தீய கனவு தன்னைத் துரத்தியதாக
யாமத்தின் ஏதோவொரு புள்ளியில்
சிந்துபாதிடம் முறையிட்டிருக்கிறது
லைலாவின் குரல்.
கையகலச் செவ்வகப் பெட்டியின் கதவுகளைப்
பலங்கொண்டமட்டும் தட்டியிருக்கின்றன அவளுடைய
செம்முனை விரல்கள்.
உறக்கத்தின் அலையடிப்பினூடே
சிந்துபாத் செவியுறவில்லை.
புலர்வில் அவள் குரல்
தொலைந்துபோய்த் திடுக்கிடச்செய்கிறது.
சட்டைப்பைக்குள் ஒளித்து வைத்திருந்த
ரகசியப் பூனைக்குட்டியைக்
கரைகாணா உறவுகளின் வெளியில்
சிந்துபாத் இனியெங்கே போய்த் தேடுவான்.
ஸ்பெய்ன்தான் அவள் கனவு என்பதால்
பாக்தாதின் பில்லிசூனியமாய் அது இருக்காது என்று
மதிநுட்பத்துடன் ஊகித்துத்தான் என்ன பயன்.
கனவுகளின் அபாயம் குறித்து
விழிப்புடன் இருந்திருக்கவேண்டும்.
செவ்வகப் பெட்டிகளுக்குள் சிறைப்பட்டிருக்கும்
யுவதிகளின் இரவைத் துளைக்கும்
கனவுகள் குறித்தேனும் குறைந்தபட்சம்.
குரல் வனையும் நீர் வழிகளினூடே

அழைத்துச் செல்வதாக அவள் வாக்களித்த நிலம்
எலியட்டின் பெருமூச்சாய்ப் பாழடைகிறது.
எழுதவிருந்த சாகஸப் புதினம்
ஒற்றைப் பக்கக் கவிதையாய்ச் சிறுத்துக்கொண்டிருக்கிறது.
காப்பீட்டுக் கனவுகளுடன் சதுர அறைக்குள்
விடுபடும் வழி தெரியாமல் சிறைப்பட்டுவிட்டான் சிந்துபாத்
தானே ஒருவேளை
லைலாவினுடைய தீய கனவாய்
ஓரிரவில் மாறிவிட்டிருக்கலாமோ
யென்னும் பதற்றத்துடன்.

12.09.2015
உயிர் எழுத்து

லைலாவை என்றேனும் ஒருநாள்
நீ சந்திக்கக் கூடும்

லைலாவை என்றேனும் ஒருநாள் நீ சந்திக்கக் கூடும்.
அவளுக்காக நீ காத்திருக்கும்
(தூதுப் புறாக்களைத் தொலைத்துவிட்ட)
தேவனஹள்ளி
உலோகப் பறவைகள் சரணாலயத்தின்
சோதனைச் சாவடியெல்லையில்
தருவேனென்று அவள் வாக்களித்த
ஒற்றை முத்தம்
குளியலறை நெற்றிப்பொட்டைப்போல
அந்தரத்தில் சுழன்றுகொண்டிருப்பதைப்
பார்த்தபடியிருக்கிறாய்.
திரும்பி வரும் பருவம்
தவறிக்கொண்டிருக்கிறது.
புறப்பட்டுச் சென்றாள்,
93ம் வருடத்தின் மழைப்பருவத் துவக்கத்தில்
தானெழுதிய கவிதையொன்றை
உன்னிடம் விட்டுவிட்டு.
திருடிவிட்டாயென்று உன்னைக் குற்றஞ்சாட்டவில்லை.
நீ அதை அவ்விதம் ஒத்துக்கொள்ளவில்லை.
அது அவளுடையதென்பதை
யாரும் அறியப்போவதுமில்லை.
ஆனால் எந்தவொரு கவிதையின் அடியிலும்
யாராவது கையெழுத்திடுகிறபோது
அது அபகரிக்கப்பட்டதாகத்தான் மாறிவிடுகிறது.
"பருவங்கள் தவறுகிறபோது
முத்தங்களும் தவறிவிடுகின்றன,
தொலைந்துபோன

புறாக்களுக்கு அப்போது
கவிதைகளைத்தான்
உணவாக இறைக்கவேண்டியிருக்கிறது"
என்கிறாள் துயரத்துடன்.
லைலா ஒருநாள் திரும்பி வரக்கூடும்
வாக்களித்த இடத்திற்கு
வாக்களித்த பருவத்திற்கு.
அப்போது தன் பழைய கவிதையை
அவள் உன்னிடம் திரும்பக் கேட்கக் கூடும்.
அடையாளம் அழிக்கப்பட்டு
உன்னுடையதென்றே அறியப்பட்டுவிட்டபின்னும்கூட
தன் பறவைகளுக்காக
ஒரு முத்தத்தை விலையாகத் தந்து
அதைத் திரும்பப் பெற்றுக்கொள்ள
அவள் விரும்பக் கூடும்.
பத்திரமாக வைத்திரு.

21.09.2015
உயிர் எழுத்து

நெடுஞ்சாலை எண் ஏழின் வழியில் நாமக்கல்

யாராக இருக்கக் கூடாதென்று
எனக்குத் தெரிந்திருக்கவில்லை
கற்பவளாகவா
கற்பிப்பவளாகவா
மகளாகவா
காதலிப்பவளாகவா
விசாரணை செய்பவளாகவா.

எனக்காகக் காத்திருந்த
என் கண்களில் படாமலே போய்விட்ட
ஏதோவொரு ஆணா நீ.
எதிர்காலத்தை என்னுடன் பங்கிட இருந்தவனா.
நண்ப,
இந்த மழையை ஒத்துக்கொள் தயவுசெய்து.

எங்கே செல்லக் கூடாதென்பதை
நான் அறிந்திருக்கவில்லை
கல்விச்சாலைக்கா
திரையரங்கிற்கா
அலுவலகத்திற்கா
கழிவறைக்கா
காவல்நிலையத்திற்கா
கணவன் வீட்டிற்கா.

உன் மகிழ்வுந்தின் கண்ணாடியில்
பட்டுத் தெறிக்குமிந்த
அடாத நீர்ப்பொழிவை
உன் வேகத்தைக் கட்டுப்படுத்துகிறதென்று
உன் பார்வையின் கூர்மையை மழுங்கடிக்கிறதென்று
வெறுத்துவிடாதே.
அதன் இரைச்சல்
உன் காதுகளில் என் வார்த்தைகள் மடிந்த
அதே கணத்தில்தான் துவங்கியது.

எதை அணியக் கூடாது என்பதை
அறியாத பெண்ணாயிருந்தேன் நான்
எனக்கு விருப்பமானதையா

உனக்கு விருப்பமற்றதையா
அவர்கள் பார்வையைத் துளைப்பதையா.

எங்கே பேசக்கூடாது என்பதை.
யாரிடம் பேசக்கூடாது என்பதை.
எதைப் பார்க்கக்கூடாது
எதை உண்ணக்கூடாது
எப்போது சுயமைதுனத்திலிருந்து
தற்காலிகமாக விடுபட்ட விரல்களின் ரகசியச்
சொடுக்கில் ஒரு கைப்பேசியின் புகைப்படமாக
என் நிர்வாணம் உறைந்துபோகுமென்பதை.
ஒரு தற்கொலைக்கு முந்தைய கடிதம்
எப்படி அமையவேண்டுமென்பதை.

நண்ப,
உன்னிடம் எப்படிப் பேசவேண்டுமென்பதையும்
சேர்த்தேதான்
நான் எதையும் அறிந்திருக்கவில்லை.

வெட்கமாக இருக்கிறது.
இந்த மழைக்குக் காது கொடு.
ஒரு மென்துகிலைப்போல
கண்முன் அசைந்துகொண்டிருக்கும் நீர்த்தாரைக்கு.
அது ஏற்கெனவே மேகத்தைத் துறந்துவிட்டது,
இன்னும் தரையைத் தொடாதது,
கொன்றுகொண்டேனா
கொல்லப்பட்டேனா என்பது தெரியாமல்
சாவின் அந்தர வெளியில்
மிதந்துகொண்டிருக்கும் என்னைப் போல.
அது உனக்குச் சொல்லக்கூடும்
என்னிடமிருந்து நானே
கேட்க விரும்பியவற்றை.
மிச்சமிருக்கும் அந்த வார்த்தைகளைப்
பின் எவ்விதம்தான்
தெரியப்படுத்துவேன் உனக்கு.

(18.09.2015 அன்று தூக்கிட்டுத் தற்கொலை செய்துகொண்ட
திருச்செங்கோடு டி.எஸ்.பி. விஷ்ணுப்ரியாவின் நினைவிற்கு)

25.09.2015
மணல்வீடு

மத்திகிரியைச் சேரும் டிசம்பர்

நாள் கணக்கைத் தாண்டி
மழைந்துகொண்டிருக்கிறது.
சாரலின் நீர்த்திரைப் பின்னணியில்
வாகனச் சக்கரத்தின் அடியிலிருந்து
திடீரெனப் படபடத்து உயரும்
புறாவின் சிறகடிப்பு
சர்க்கரையற்ற தேநீர் அல்லது
காமக்கலப்பற்ற அன்பின்
குறியீடாகிறது எங்ஙனமோ.
டெங்கனிக்கோட்டையின் எல்லைக் கல்லைத் தாண்டி
கவனமற்றவொரு கணத்தில்
வெளியே அடியெடுத்து வைத்துவிட்டவள்
பதற்றத்துடன் வாகனவோட்டிகளிடம்
கட்டைவிரலை உயர்த்திக் கெஞ்சிக்கொண்டிருக்கிறாள்.
அவள் குரல் உன் காதுகளில்
அப்பா என்று கிசுகிசுக்கிறது.
சீருடையணிந்த வாகனங்கள்
மத்திகிரி நாற்சந்தியில்
வலப்புறப் புகைபோக்கிகளை நோக்கி
ஓடிந்து திரும்பிக்கொண்டிருக்கின்றன.
நேராகச் செல்வதா
ஓடிந்து திரும்புவதாயென்கிற திகைப்பில்
கோட்டை மாரியம்மனின் காலடியில்
தாமதித்துக்கொண்டேயிருக்கிறாய்.
யானைகள் அய்யூர் வனத்திற்குள்
அடங்கிவிட்டதை அறிந்து
அவள் பதறுகிறாள்.
சரக்கூர்தியில் பதுங்கி

எல்லை தாண்டிய பழைய சிறுத்தைகூட
இவளைப் போலல்லாது
பயத்தில் கருக் கலைந்துபோன பெண்ணின்
கணுக்காலில் வழியும் ரகசியக்
குருதியின் நினைவுடன்
கானகம் திரும்பி
இந்த மழையைக் கவனித்துக்கொண்டிருக்கலாம்.
உள்ளூர் ரயத்துகளின் சீத்தாப்பழ வண்டிகளும்
மத்திகிரி மயானத்தைத் தாண்டி
வெளிப்படுவதாயில்லை.
அது ஏதோ நித்தியத்துவத்தை நோக்கி
இட்டுச் செல்லும் பாதையைப்போல
அல்லது பேட்ராய சுவாமியின்
தூரதிருஷ்டி ஒரு எல்லைக்குமேல்
குருடாகிவிடுவதாக
ஐதீகமொன்று நிலத்திற்குள்
புதைந்திருப்பதைப்போல.
அவள் கட்டைவிரல் நாற்சந்திச் சாலையில்
அறுந்து விழுகிறது.
அவள் கழுத்தின் பின்புறம் மௌனப்பனி
தெற்கே புதையும் மத்திகிரியின் மரக்கிளைகளை
அறியப்படாத சரணாலயத்தைத்
தேடிக் கால் பதிக்கும் ஒரு
பௌராணிகப் பறவையைப்போல வந்தடைகிறது.
அப்பாவென்றழைக்கும்
குரல் மெல்ல மழையிலோய்கிறது:
"அப்பா அப்பா
ஏன் என்னைக் கைவிட்டீர்."

27.02.2016
மணல்வீடு

அப்புறமென்ன

அதிகாலையிலேயே துவங்கிவிட்ட
பருவப்பொழிவால்
தடுத்துவைத்திருக்கும் சன்னல் கதவின்
மறுபுறம் இந்நாளின் உலகம்
வரையப்படத் தொடங்கியிருக்கலாம்
அழிபடவும் ஆரம்பித்திருக்கலாம்

புத்தக அலமாரியின் கண்ணாடிக் கதவில்
பிரதிபலிக்கும் காகிதக் கட்டடங்கள்
வெறும் வஸ்துக்களாகத் தலையின் பின்புறம்
சுருங்கினவென்றாலும்
திரும்புவதற்கு அவகாசமில்லை
திரும்ப விருப்பமுமில்லை

வெகு காலமாகிவிட்டதாய்த்
தோன்றும் இடைவெளிக்குப் பிறகு
ஒளிர்ந்த நேற்றிரவின் நெடுநேர உரையாடலில்
நேசத்தின் ஒரு நிறயிழையேனும்
பிரதிபலிக்குமென உன்னைப் போலவே
அவளும் எதிர்பார்த்திருக்கக் கூடும்

சொல்லுக்குப் பிறப்பதல்லதான் காதல்
என்றாலும் ஊதப்படாத நெருப்பு
நீறு பூத்துவிடுகிறது

விழித்திராத மணித்துளிகளிலும்
தொடரும் காத்திருப்பு
இரு முனைகளையும் இணைக்கும் மௌனம்
அவ்வப்போது ஒரு நீண்ட பெருமூச்சு

ஒரு அப்புறமென்ன
உணர்த்திவிடுகிறது வெளியேற்றம் சமீபிப்பதை

புதிய பழத்தின் புளிப்புச் சுவையை நோக்கி
உன் கவனத்தைக் குவிக்கவேண்டிய
காலம் கனிந்து வருவதை

கூட்டுக் கெச்சட்டான்களிலிருந்து
தனிக் குரலை

உன்னை ஏந்திச் செல்லும் சொற்களை

அல்லது கப்பல்களின் விதிபற்றிச்
சொல்லும் பிரசித்திபெற்ற முதுமொழியின்
கைகளைப் பிடித்துக்கொள்ளும் தருணம்தான் இது

விட்டுவந்த அற்புதங்கள் இன்னும்
அதே வினாடி முள்ளில் உறைந்திருக்கின்றன
என்பதை மட்டும் உறுதி செய்துகொள்ள
வேண்டியிருக்கிறது

மற்றபடி இப்போது தேவைப்படுவதெல்லாம்
கண்ணீரால் குற்றவுணர்ச்சியை வரையாமல்
கம்பீரமான புன்னகையுடன் கையசைக்க
உன்னை அனுமதிக்கும்
ஒரு மௌனமான விடையளிப்பிற்குமேல்
வேறொன்றுமில்லை.

25.07.2018
இடைவெளி

மொழியியல் குறிப்புகள்

ஒரு உள்நோக்கமற்ற
நிபந்தனை குறித்த அதீதக் கற்பனை
மயிர்க்கூச்செரியும் புலனச்சத்தை
மர்ம உறுப்பிற்குள் பாய்ச்சும்போது

ஒரு பதினான்கு வரிக் கவிதை
இருப்பைக் குலைத்துவிடும்
நரம்புத் தளர்ச்சியைக்
கொண்டுவந்துவிடக் கூடுமென்று
மறதியைப் போர்த்திக்கொள்ளும்போது

ஒரு காலை வணக்கம்
வலிந்த புன்னகையால்
இந்த நாளை ஏமாற்றிவிடலாமென
அப்பாவித்தனமாக நம்பத் தொடங்கும்போது

ஒரு அந்நாளின் விடைபெறல்
கழிந்த பகலின்மேல் ஆசுவாசத்தையும்
நெடுவிழிப்பின்மேல் நீளவிருக்கும்
இரவு குறித்த அச்சத்தையும்
ஒரே நேரத்தில் வயிற்றினுள் பிரவகிக்கும்போது

ஒரு சிறு பயணம்
தனிமை வனையும் சொல் வலையை
நெரிசலுக்குள் தன்னைத் தொலைத்துத் தப்பிக்கவொரு
பொதுப் போக்குவரத்திற்காகக் காத்திருக்கும்போது

ஒரு குறுஞ்செய்தி
பழங்கடவுளைப்போல்
முடிவிலிக்குள் தன்னைச்

சாம்பல் குறியீட்டிலேயே
நிலைப்பித்துக்கொள்ளும்போது

ஒரு சொல்
எதிர்ச்சொல்லை
ஒருபோதும் நிஜமில்லையென்று
நிரூபிக்கத் தவிக்கும்போது

காதல் தன்
சட்டை உரிக்கும் பருவத்தை
உணர்த்துகிறது.

26.07.2018
இடைவெளி